வாய்மொழிக் கதைகளும் பின்புலக் குறிப்புகளும்

மொழியாக்கம் குறிப்புகள் & கட்டுரைகள்

சா. தேவதாஸ்

பரிசல்

வாய்மொழிக் கதைகளும்
பின்புலக் குறிப்புகளும்
சா. தேவதாஸ்©
பரிசல் முதல் பதிப்பு: டிசம்பர் 2021

வெளியீடு: பரிசல் புத்தக நிலையம்
235, P. பிளாக் MMDA காலனி
அரும்பாக்கம், சென்னை – 600 106.
பேச: 9382853646
மின்னஞ்சல்: parisalbooks@gmail.com

அச்சுக்கோப்பு : வி. தனலட்சுமி

அச்சாக்கம்: கம்ப்யூ பிரிண்டர்ஸ், சென்னை – 600 086.

பக்கம்: 170

விலை ரூ: 190

Vaimozhi Kathaigalum Pinpula Kurippugalum
S. Devadoss©

Parisal First Edition: December 2021

Published by Parisal Putthaga Nilayam
No. 235, 'P'Block MMDA Colony
Arumbakkam, Chennai - 600 106.
Mobile: 93828 53646
Email: parisalbooks@gmail.com

DTP : V. Dhanalakshmi

Printed at: Compu Printers, Chennai - 86.

ISBN : 978-81-91949-34-1

Pages: 170

Price Rs. 190

பெரும்பாலான கதைகளை வெளியிட்ட பேசும் புதிய சக்தி இதழுக்கும் இப்படியான ஒரு வடிவில் வாய்மொழிக் கதைகளை வெளியிட வேண்டும் என்று வற்புறுத்திய நண்பர் எஸ். செந்தில்குமாருக்கும் எனது நன்றிகள்.

நாம் அறிந்துள்ள மற்றும் அறியாதுள்ள ஒவ்வொரு கலை வடிவத்தின் மையத்திலும் கதையைக் காண்கிறோம். நம்வாழ்வின் சுழன்று வரும் வகைமாதிரிகளுக்குள் நாம் மின்னேற்றம் பெற்றிட நமக்கு ஆற்றலளிக்கிறது கதை சொல்லல் – இருளின் மறுபுறத்தே இன்னும் மேலான அத்தியாயம் காத்திருக்கும் என்னும் நம்பிக்கையில்.

– ஜான் புர்ச்சர்

நம் கதையைப் பகிர்ந்துகொள்கையில் மற்றவர்கள் தம் கதைகளைப் பகிர்ந்துகொள்ளும் பொருட்டு, நம் இருதயங்களைத் திறந்து விடுகிறது. இப்பயணத்தில் நாம் தனித்தில்லை என்னும் உணர்வை நமக்குத் தருகிறது.

– ஜேனைன் ஷெபெர்ட்

முன்னுரை

தேவதைக் கதைகளை இன்றும் சொல்ல வேண்டுமா?

எழுத்திலக்கியம் இவ்வளவு வளர்ச்சியுற்றுள்ள நிலையில் வாய்மொழி இலக்கியம், குறிப்பாகத் தேவதைக் கதைகளை இன்னும் சொல்ல வேண்டிய அவசியம் உள்ளதா? வாய்மொழிக் கதைகளும் வழக்காறுகளும் எழுத்திலக்கியமும் ஆற்றுகின்ற பங்குகள் வெவ்வேறாக இருப்பதால் அவசியம்தான் என்று கூற முடியும்.

"உங்கள் குழந்தைகள் புத்திசாலித்தனம் கொண்டிருக்க வேண்டுமாயின், அவர்களுக்குத் தேவதைக் கதைகளை வாசித்துக் காட்டுங்கள். அவர்கள் இன்னும் புத்திசாலித்தனம் கொண்டிருக்க வேண்டுமாயின், இன்னும் தேவதைக் கதைகளை வாசித்துக் காட்டுங்கள்" என்கிறார் அய்ன்ஸ்டீன்.

எழுத்திலக்கியத்திலும் குழந்தைகளுக்கான கதைகள் வரத்தொடங்கிய பின்னும், இக்கூற்றினை வற்புறுத்துவது சரியா? படைப்பிலக்கியவாதிகளால் குழந்தை இலக்கியத்தைச் சிறுவர் இலக்கியத்தை தரமுடியும் என்றாலும் வாய்மொழிக் கதைகளை இடம்பெயரச் செய்ய முடியாது.

அம்மாவிடமிருந்தோ தாத்தா பாட்டியிடமிருந்தோ கதைகள் கேட்டு வளரும் குழந்தைகள் ஒருபோதும் நிறைவடைந்துவிடாது

'இன்னும் இன்னும்' என்று கேட்டுக்கொண்டே இருக்கின்றன. நிறைய சந்தேகங்களை எழுப்புகின்றன. கதைகளின் பாத்திரங்கள் அதன் ஞாபகத்தில் படிந்து மங்காதிருக்கின்றன. விழித்தெழுந்ததும் அந்தக் கதைகள் ஞாபகப்பரப்பிற்கு வந்து கொண்டே இருக்கின்றன.

குழந்தை வளர்ந்து வருகையில், எழுதப்பட்ட கதைகளை வாசித்துக் காட்டினாலும் அது முடிந்ததும், வேறு கதைகளைச் சொல்ல வற்புறுத்தும். அவை வாய்மொழிக் கதைகளாகவோ இட்டுக்கட்டப்பட்ட கதைகளாகவோ வேறு எதுவாகவோ இருக்கலாம். குழந்தைக்கு மாய உலகத்திற்குள் சஞ்சரிப்பது முக்கியம். இதனை நிறைவேற்றுபவை வாய்மொழிக் கதைகள். குறிப்பாகத் தேவதைக் கதைகள். இதனை அனுபவத்தில் கண்ட ஒரு தாய் இப்படிக் குறிப்பிடுகிறார்: "அது ஒரு சவாலாயிற்று. ஒவ்வொரு முறையும் அதனை நிறைவேற்றுவது சவாலாகிவிட, சிறுவர் கதைகளை உருவாக்கவும் சொல்லவும் கூடியவளானேன். நான் சொல்லும் கதைகளில் நீதியைச் சேர்த்துவிடும்போது அது பற்றி அவள் கவலைப்படுவதில்லை. சில நாட்களில் நான் சோர்ந்துபோய், மறுநாள் சொல்வதாக வாக்களிப்பேன். மறுநாள் இரவு அவள் மறக்காமல் கதைக்காகக் காத்திருப்பாள்."

அத்துடன், கருத்தில்லாமல், முடிவில்லாமல் சொல்லப்படும் கதைகளையும் குழந்தை விரும்பிக் கேட்பதையும் இவர் பதிவு செய்கிறார். இப்படியான அனுபவம், குழந்தை வந்த பிறகான மறுபிறப்பாக உள்ளது என்கிறார். இன்னொரு நிகழ்வுப் போக்கும் இக்கதை சொல்லலில் ஏற்படும்.

நிறைய விஷயங்களைக் குழந்தைகள் பெற்றோருக்குக் கற்றுத் தரும்; மறைத்து வைத்துள்ள பயங்களை அல்லது கடந்த காலத்தின் அபிமான விஷயங்களைக் கிளறிவிடும்.

தனது எழுத்தில் தேவதைக் கதையின் உத்தியைப் பயன்படுத்துவதாகக் கூறும் ஜெர்மானிய எழுத்தளார் **குண்டர் கிராஸ்**, தேவதைக் கதையின் தனிச்சிறப்பை இப்படி விவரிக்கிறார்:

"உலகெங்கிலும் தேவதைக் கதைகள் புரிந்து கொள்ளக்கூடியவை. பெயர்களிலோ மதம் சார்ந்த உணர்த்தல்களிலோ சிறுசிறு மாறுதல்கள் இருக்கலாம்,

மற்றபடி அவை ஒத்த தன்மையிலானவை. அவை மானுடக் கனவுகள் பற்றியவை. பறப்பது, மதில்களைக் கடந்துபோவது, இறக்காதிருப்பது, மீண்டும் உயிர்த்திருப்பது, பொன்னிற ஆப்பிளைக் கண்டறிவது, பேசுகின்ற மீனைக் கண்டறிவது என. மேலும் தேவதைக் கதைகளே சர்வதேச இலக்கியமாகும்."

ரஷ்ய நாட்டு தேவதைக் கதைகளை ஆய்வு செய்த **விளாடிமிர் ப்ராப்**, அவற்றை wonder tales என்று அழைத்தார். சிரிக்காத இளவரசி பற்றிய ஒரு தேவதை கதை குறித்து எழுதத் தொடங்கி, அதன் வேர்கள் எங்கெங்கு படிந்துள்ளன என்று விசாரித்து, பிற மொழியிலுள்ள அது போன்ற கதைகளுடன் ஒப்பிட்டு, தொன்மங்கள், பைபிள் கதைகள், பூர்வகுடியினரின் படைப்புத் தொன்மங்கள் என்று தொடர்புபடுத்திக்கொண்டே போகிறார். எப்போதும் சிரிக்கவே செய்யாத தன் மகளைச் சிரிக்க வைப்பவனுக்கு மணம் செய்துதருவதாக ஒரு மன்னர் அறிவிக்கிறார். சிரிக்க வைக்கிறேன் என்று நம்பிக்கையுடன் வருபவன், சகதியில் புரண்டு எழுகிறான். அப்போது அவனது உதவியைப் பெற்று உயிர் தப்பியிருந்த எலி, நண்டு, வண்டு போன்ற உயிரினங்கள் அவன் மீதுள்ள சேற்றைத் துடைத்து சுத்தப்படுத்த முயலுகின்றன. இதைப் பார்த்து இளவரசி சிரிக்க, அவன் இளவரசியை மணமுடித்துக் கொள்வான். இக் கதையில் இன்னும் இரு வடிவங்கள் உண்டு. ஒன்றில், சிரிக்க வைக்க வருபவன் பொன்னாலான வாத்து வைத்திருப்பான். அதனைத் தொடுபவர், தொட்ட மாத்திரத்தில் அப்படியே நின்றுவிடுவார். இப்படித் தொட்டு நின்றவர்கள் ஒரு வரிசை அளவுக்கு உள்ளனர். இது இளவரசியை சிரிக்க வைத்துவிடும். இன்னொரு வடிவில், அவன் ஊதும் மாயக் குழல் இசைக்கு 3 பன்றிகள் ஆடும். இது இளவரசியை சிரிக்க வைத்துவிடும்.

பூர்வகுடிகளினரிடையே மரணச் சடங்குகளில் இடம்பெறும் சிரிப்பு, அவர்களை துயரத்திலிருந்து விடுபட வைக்கின்றது. இதன் துக்கத்திலிருப்பவர்களுடன் கோமாளிகள் சேர்ந்து சிரிப்பை உண்டாக்குகின்றனர். மேலும் இன்றைக்கு நாம் சிரிப்பதுபோல பழங்காலத்தில் மக்கள் சிரிக்கவில்லை. முதுமை யிலுள்ளவர்களை வனங்களிலோ குகைகளிலோ விட்டுவிட்டு வரும்போது, சிரித்துக்கொண்டே செல்வார்கள் எனப்படுகிறது. ஏனெனில் இப்போது உயிர்துறக்க இருப்பவர்கள், புத்துயிர்ப்புப்

பெறுவார்கள் அல்லது மறுபிறவி எடுப்பார்கள் என்று நம்புவதால். எனவே சிரிப்பு “தீவிரமான / முழுமையான வாழ்வைக் குறிப்பது” எனப்படுகிறது.

செவ்விந்தியரின் தொன்மம் ஒன்றில், இறந்தோரின் நாட்டுக்குள் ஒரு நாயகன் பிரவேசிக்கிறான். அங்கே விலங்குகள் நிரம்பியுள்ளன. அந்த நீர்நாய் செத்துக் கிடப்பதைப் பார்க்கவில்லையா? மீனொன்று அவனை வினவுகிறது. அப்போது இன்னொரு மீன் அதனை நம்பாமல், ‘அதற்குச் கிச்சுகிச்சு மூட்டுவோம், அப்போது அது உயிர்த்திருக்கிறதா இல்லையா என்று பார்க்கலாம்’ என்கிறது. அவை அதன் பக்கமாக கிச்சுகிச்சு மூட்டவும், அதனால் சிரிக்காது இருக்க முடியவில்லை. இறந்தோரின் நாட்டுக்குள் பிரவேசிப்பவன், தான் உயிர்த்திருப்பதை மறைத்து வைக்க வேண்டும். இல்லாது போனால், அங்கிருப்போரின் சீற்றத்திற்கு உள்ளாக நேரும். விலக்கப்பட்ட பிரதேசத்தில் அத்துமீறி நுழைந்ததற்காகச் சிரித்துவிட்டால் அவன் உயிருள்ளவனாகிவிடுகிறான்.

தீட்சை சடங்கு நிகழும் பூர்வகுடிமக்கள் வழக்காற்றில், தீட்சை பெறுபவன் சிரிக்கக் கூடாது என்னும் தடை உண்டு. சடங்கின் இறுதிப் பகுதியில்தான் சிரிக்க வேண்டும். தீட்சை சடங்கு என்பதே மரணத்தை பாவித்துக் காட்டுவதே. சிரித்து விடுபவன். உலகியல் விஷயங்களிலிருந்து முழுதாக தூய்மையாக்கப்படுவதில்லை.

பன்னிரு சகோதரர்கள் இடம்பெறும் **க்ரிம்ஸ் சகோதரர்கள் தேவதைக் கதை**யில், ‘ஏழு ஆண்டுகளுக்கு ஊமையாக இருக்க வேண்டும், பேசவோ சிரிக்கவோ கூடாது’ என்னும் நிபந்தனை விதிக்கப்படும்.

இறப்பில் / இறந்தோர் உலகில் சிரிப்பு விலக்கப்பட, உயிர்ப்பில் / வாழ்வில் / உருவாக்கத்தில் சிரிப்பு அவசியமாகின்றது; இணைந்தே இருக்கின்றது.

“ஏழுமுறை கடவுள் சிரித்தார், ஏழு தெய்வங்கள் உலகைத் தழுவியபடி பிறந்தன” என்கிறது கிரேக்க – எகிப்தியப் பதிவு ஒன்று. ஏழாவதுமுறை சிரித்ததும், ஆனந்தம் மற்றும் ஆன்மாவின் சிரிப்பு பிறந்தது என்கிறது இப்பதிவு.

“உலகை கட்டுப்படுத்திடும் ஏழு தெய்வங்களை கடவுள் பிறப்பித்துச் சிரித்தார்... அவர் நகைத்ததும், ஒளி தோன்றிற்று.. இரண்டாம்முறை அவர் நகைத்ததும் அனைத்தும் நீராயிற்று. மூன்றாம்முறை நகைத்ததும் **ஹெர்மஸ்** தோன்றிற்று” என்கிறது **கி.பி. 3ஆம் நூற்றாண்டுப் பதிவு.**

‘தெய்விக சக்தி சிரித்துக்கொண்டே உலகைப் படைக்க, தெய்விகத்தின் சிரிப்பு உலகைப் படைக்கிறது என இதனை **ப்ராப்** தொகுத்துரைக்கிறார். உலகில் நுழைகின்ற பிறப்புக்குரிய பெண் தெய்வம் சிரிக்கிறது, தாய் / சூலி சிரிக்கிறாள், குறியீட்டு ரீதியில் உலகுக்குத் திரும்பும் இளைஞன் சிரிக்கிறான், உலகைப் படைக்கும் தெய்விகம் சிரிக்கிறது...’

வேடிக்கையான ரஷ்யக் கதைக்குள் பொதிந்துள்ள விஷயங்களை அடுக்கடுக்காக ப்ராப் எடுத்து வைக்கும்போது நமக்கு பிரமிப்பாக இருக்கிறது.

> **தேவதைக் கதை சிறுவர்களைப் புத்திசாலிகளாக்கும் என்கிறார் அய்ன்ஸ்டீன். என் மகளுக்கு தேவதைக் கதை சொல்லிச் சொல்லி நானே கதை சொல்லவும் கதை உருவாக்கவும் கற்று, என் பீதிகளைக் கிளறிப் பார்த்துக்கொண்டேன் என்கிறார் ஒரு தாய். சிரிக்காத இளவரசி அப்படி இருக்கக் காரணம் பின்னர் தான் சிரிக்க வேண்டிய தருணங்கள் உண்டு என்பதை உணர்ந்துதான் என்று வாய்மொழிக் கதை ஆய்வினை, வாழ்வுக்கும் மரணத்திற்குமிடையிலான தத்துவார்த்த விசாரணையாக விரித்துச் செல்கிறார் ப்ராப். வாய்மொழிக் கதை / தேவதைக் கதை சர்வதேச இலக்கியம் என்று சொல்கிறார் குண்டர் கிராஸ்.**

தேவதைக் கதை போன்றதான ‘குட்டி இளவரசனை’ எழுதிய பிரெஞ்சு எழுத்தாளர் **செந்த் எக்சுபரி**, தன் நூலின் சமர்ப்பணத்தில் குறிப்பிடுவது, சிறுவர் இலக்கியத்தின் முக்கியத்துவத்தை உணர்த்தும்.

‘உலகிலுள்ள சிறந்த நண்பன், சிறுவரைக் குறித்த புத்தகங்கள் உட்பட அனைத்தையும் நன்கு புரிந்துகொள்ளக் கூடியவனான’ **லியான் வொர்த்திற்கு** சமர்ப்பிக்கிறார் – ‘பட்டினியாலும் குளிராலும் வருந்தி வாழும் அவனுக்கு

உற்சாகம் தேவைப்படுகிறது என்பதால். இக்காரணங்கள் போதாது என்றால், சிறுவனாயிருந்த **லியான் வெர்த்திற்கு'** என்கிறார்.

மாணவர்களிடத்தே பெறுமதிகளையும் பண்பு நலன்களையும் வளர்த்தெடுத்திட ஹார்வர்ட் பல்கலைகழகப் பயிற்று முறையில் நவீன நடைமுறை ஒன்றை பெங்களூரு சர்வோதய தேசிய அரசுப் பள்ளி வடிவமைத்திருக்கிறது. The Saksham values lab என அதற்குப் பெயரிட்டுள்ளது. Core values wheel, whispering pipes, The lotus Black Board என்று பல பிரிவுகளைக் கொண்ட இதில் கதைசொல்லும் பிரிவும் உண்டு – பெரிய திறந்துள்ள புத்தக வடிவில் கதைகளை விவாதிக்கும் மாணவர்கள் பல்வேறு அம்சங்களை அக்கதைகளில் சேர்த்துக்கொள்ளலாம் – அக்கதைகளுக்கு சித்திரங்கள் வரைவது, நடித்துக்காட்டுவது, பொம்மலாட்டம் நடத்துவது என.

"..மகிழ்ச்சியில்லாத குழந்தைகளாயிருந்தவர்கள், மகிழ்ச்சி யில்லாத வயது வந்தவர்களாயிருந்தனர். குழந்தை தவறாகக் கையாளப்படுவதற்கும் குற்ற நடவடிக்கைக்கும் உள்ள அதிக அளவிலான தொடர்பு எப்போதும் இதற்குச் சான்றாக உள்ளது. **ஆஷ்லி மாண்டேகு** இப்படிக் குறிப்பிடுகிறார்: ஒரு கொலையாளியை, தேர்ந்த குற்றவாளியை, இளங்குற்றவாளியை, மனநலம் சிதைந்தவரை, தனித்தொதுங்கி இருப்பவரை எனக்குக் காட்டுங்கள், நான் உங்களுக்குக் குழந்தைப் பருவத்தில் நேசிக்கப்படாததால் விளைந்த ஒரு துன்பத்தைக் காட்டுகிறேன்." என்கிறார். **டயன் அக்கர்மென்** தன் 'காதல் வரலாறு' நூலில்; குழந்தைப் பருவத்தில் நேசிக்கப்படாமல் மகிழ்ச்சியில்லாமல் இருந்ததற்கான அடிப்படை, பெற்றோர் இணக்கமாக வாழாததும் அதன் காரணமாகக் கதை கேட்டு வளரமுடியாத சூழலுமே என யூகிக்கலாம்.

தேவதைக் கதைகளை நினைவூட்டியும் தொடர்புபடுத்தியும் பெற்றோர் பிள்ளைகளை வளர்க்கும்போது அதன் தாக்கம் எப்படி இருக்கும்? ஓர் உதாரணம். பேராசிரியராகவுள்ள ஒரு தந்தை எழுதிக்கொண்டிருக்கையில் தனது நான்கு வயதுப் பெண் குழந்தை விளையாடுவதற்காக மூன்று எரிந்த தீக்குச்சிகளைத் தருகிறார். **'ஹான்ஸெல், கிரெ'டல்,** சூனியக்காரி என்னும்

தேவதைக் கதைப் பாத்திரங்களாக அவற்றைப் பாவித்து விளையாடிக்கொண்டிருக்கிறது குழந்தை. திடீரென்று குழந்தை பீதியில் அலறுகிறது. சூனியக்காரியை எரித்துவிடுங்கள்! என்னால் சூனியக்காரியைத் தொட முடியவில்லை!' என்கிறது அப்பாவிடம்.

இது எப்படி நிகழ்ந்திருக்கும்? "உணர்வுகளின் மட்டத்திலிருந்து உணர்வுப் பிரக்ஞைக்கு ஒரு கருத்து தன்னெழுச்சியாக நகர்ந்துபோகிறது. ஒருவித ஆன்மிக நிகழ்வுப் போக்கு ஒரு முடிவினை எட்டியிருக்கிறது. தீக்குச்சி சூனியக்காரியில்லை. விளையாட்டின் தொடக்கத்தில் அக்குழந்தைக்கும் அது தெரியும்.

உணர்வு மட்டத்தில் தீக்குச்சி சூனியக்காரியாகிறது; அந்நிகழ்வுப் போக்கு, இக்கருத்து பிரக்ஞை தளத்திற்கு நகர்வதுடன் ஒத்துப்போகிறது. பிரக்ஞைபூர்வமான சிந்தனையிலிருந்து இது தப்பிவிடுகிறது – ஏனெனில் முழுமையுறும் தருணத்தில் அல்லது முழுமையுற்ற பின்னர் அது பிரக்ஞையில் நுழைகிறது. அந்நிகழ்வுப் போக்கு படைப்புத் திறன் மிகுந்திருப்பதால், குழந்தையின் பார்வையில் தீக்குச்சி சூனியக்காரி ஆகிவிடுகிறது. சுருக்கமாகச் சொல்வதானால், இருத்தல், பிரக்ஞைதளத்தில் உள்ள நிலையில், ஆகுதல் (becoming) உணர்வுத் தளத்தில் நிகழ்கிறது"

பண்பாட்டில் விளையாட்டுக்குள்ள முக்கியத்துவத்தை இச்சம்பவம் அடையாளப்படுத்தும், அதுவும் விளையாட்டிலுள்ள வேடிக்கையினை. "தொன்மவியலின் கட்டற்ற கற்பனைகளில் வேடிக்கைக்கும் தீவிரத்திற்கும் இடையிலான எல்லைக்கோட்டில், வசீகரமான ஆவியொன்று விளையாடுகின்றது."

இச்சம்பவத்தில் 'சூனியக்காரி' பாத்திரம் இருப்பதால் அது நிஜத்தில் பீதியூட்டுகிறது. தேவதையாக இருந்தால் வசீகரித்து மகிழ்வித்துவிடும் என்பது சொல்லாமலே விளங்கும்.

தான் வாசித்துள்ள கதைகளில் மிகவும் ஆற்றல் மிக்கதான கதை 'கஸ்ஸின் சிதைவு' என்கிறார் **ராபர்ட்டோ கலாஸ்ஸோ**. *1912*இல் சூடானில் ஒட்டகத்தை நடத்திச் செல்லும் **அரப் பின் ஹூஸ்ஸூல்** என்பவரால் சொல்லப்பட்டு, ஜெர்மானிய மானுடவியலாளர் **லியோ ஃபோர்பினியஸால்** தொகுக்கப்பட்டது.

சூடானில் இப்போது வறண்ட பாலையாயுள்ள கோட்ஃபின்னின் மன்னர் அகஃப் மிகவும் குறுகியதும் துயரமிக்கதுமான வாழ்க்கை வாழ்ந்தவர். ஆனால் கிழக்கிலேயே மிகவும் செல்வந்தர். குறிப்பிட்ட சில வருடங்களே ஆட்சி புரிய முடியும். ஆகவே ஒவ்வோர் இரவும் புரோகிதர்கள் நட்சத்திரங்களின் இடங்களைக் கவனித்து அக்னி வளர்த்து பலி தந்தனர். இதில் தவறினால்நட்சத்திரங்களின் கட்டளைப்படி மன்னர் கொல்லப்படுவது எப்போது என்பதை அறியமுடியாது. இது நீண்ட காலமாக நிலவிவரும் மரபு.

தனக்குரிய வேளை வந்துவிட்டால் தன்னுடைய இறப்பில் தன்னுடன் சேர்ந்துகொள்ள இருப்பது யாரென்பதை தீர்மானிக்க வேண்டியிருந்தது மன்னர் அகஃபிற்கு. தொலைதூர கிழக்கிலிருந்து ஒரு மன்னர் கதை சொல்லும் திறனில் புகழ் வாய்ந்த ஃபர்லிமாஸை அகஃபிடம் அனுப்பியிருந்தார். என்னுடைய இறப்பிற்குப் பின்னரும் தன்னுடைய கதைகளால் என்னை உற்சாகப்படுத்தப்போகும் ஃபர்லிமாஸே என் தோழமைகளில் முதலாம் நபர் என மன்னர் தீர்மானித்தார். ஃபர்லிமாஸ் இதனைக் கேட்டு அச்சப்படாது 'இது கடவுளின் விருப்பம்' என ஏற்றுக்கொண்டார்.

இப்போது மூட்டப்பட்டுள்ள அக்னியைப் பராமரிக்கும் பொறுப்பு மன்னரின் தங்கை சாலிக்கு ஒதுக்கப்படுகிறது. இப்பொறுப்பிலிருப்பவர்கள் நெறி தவறாது இருந்து வர வேண்டும். புதிதாக அக்னி வளர்க்கப்படுகையில் இப்படி நியமிக்கப்பட்டிருந்தவர்கள் பலி கொடுக்கப்படுவார்கள். இதனால் சாலி பீதியடைகிறாள்.

ஒவ்வோர் இரவும் ஃபர்லிமாஸ் சொல்லி வரும் கதை கேட்டு மன்னர் மரணம் குறித்த எண்ணத்தை மறந்து மகிழ்கிறார். ஃபர்லிமாஸின் கதை சொல்லும் மாய ஆற்றலை நாடெல்லாம் அறிகின்றது. சாலியும் இக்கதைகளைக் கேட்க ஆவல் கொண்டு அனுமதி பெற்று கலந்துகொள்ளத் தொடங்குகிறார்.

சாலியைப் பார்த்த மாத்திரத்தில் ஃபர்லிமாஸ் வசியத்திற்குள்ளானவன் போலாகிறான். அப்படியே சாலியும். ஃபர்லிமாஸின் கதை கஞ்சாவின் போதைபோல மயக்கத்தை ஏற்படுத்தி சுயநினைவிழக்கச் செய்கிறது. தம் கனவுகளில் கதை கேட்பதான பிரமை ஏற்படுகிறது. சாலியின் கண்கள்

மட்டுமே திறந்த நிலையில் ஃபர்லிமாஸிடம் பதிந்துள்ளன. கதை முடிவுற்றதும் இருவரும் தழுவிக் கொண்டுள்ளனர். 'நாம் சாக விரும்பவில்லை' என்று சாலி கூற, 'விருப்பம் உன்னிடம் உள்ளது. எனக்கு வழிகாட்டு' என்கிறான் ஃபர்லிமாஸ்.

மரணத்தைத் தவிர்ப்பதற்கான வழி காணும் பொருட்டு, "பழைய அக்கினியை அணைத்துப் புதிய அக்கினியை வளர்க்க வேண்டும் என்று தீர்மானிப்பது யார்?" என புரோகிதரை சாலி வினவுகிறாள். கடவுளென்று புரோகிதர் கூற, தன் முடிவைக் கடவுள் எப்படி தெரியப்படுத்துகிறார் என்று சாலி கேட்கிறாள். 'ஒவ்வோரிரவிலும் நட்சத்திரங்களையும் நிலவையும் கவனித்து, எவை நெருங்கி வருகின்றன, எவை விலகிப் போகின்றன என்று பார்த்துக் கூறிய வேளையை அறிந்துகொள்வோம்' என்கிறார் புரோகிதர். ஓர் இரவினைத் தவறவிட்டீர்கள் என்றால் என்னாகும் எனச் சந்தேகம் எழுப்பும் சாலிக்கு, 'ஓர் இரவு தவறிப் போனால் பலி தருவோம். அதுவே தொடர்ந்து சென்றால், எங்கள் பாதையை அறிய முடியாது போகும்' என்கிறார் புரோகிதர்.

'கடவுளின் படைப்புகளின் உயர்ந்தவை. ஆனால் மிகவும் உயர்ந்தது வானிலுள்ள அவரின் எழுத்தல்ல, பூமியிலுள்ள வாழ்க்கையே மிக உயர்ந்தது. ஃபர்லிமாஸின் கதையாற்றல் வானிலுள்ள கடவுளின் எழுத்தைவிட உயர்ந்தது.'

'ஃபர்லிமாஸின் கதையை நான் கேட்டதே இல்லை.'

'பிறகெப்படி நீங்கள் முடிவு கட்டலாம். நீங்கள் கேட்டால் வானிலுள்ள நட்சத்திரங்களைப் பார்க்க மறந்து விடுவீர்கள்'

'நிரூபித்துக் காட்டுங்கள்.'

இப்போதைய கதை சொல்லும் இரவுக்குக் கூடுதலாக புரோகிதர் வந்துள்ளார். சாலியும் ஃபர்லிமாஸும் ஒருவரையொருவர் உற்றுநோக்கிய பின்னர், கதைசொல்லத் தொடங்குகிறார் ஃபர்லிமாஸ். அனைவரும் கதையில் கட்டுண்டு உறங்கி விழுகின்றனர். பார்த்த மாத்திரத்தில் தனக்கு வல்லமையூட்டும் சாலியுடன் ஃபர்லிமாஸ் சேர்ந்து தழுவி முத்தமிட்டுக்கொள்கிறான். தற்போது தனக்கு வழி தெரியாது என்கிறான். பிரிந்து செல்கின்றனர்.

மறுநாள் அபிப்பிராயம் கேட்க வரும் சாலியிடம் 'இன்றைக்கு என்னால் எதுவும் கூற இயலாது. எந்த ஆயத்தமும் இல்லாமல் கதை கேட்க வந்துவிட்டோம்' என்கிறார்.

புரோகிதர்கள் பலி தருகின்றனர். கோயில்களில் வழிபடுகின்றனர்.

அடுத்த இரவிலும் இப்படியே கதை கேட்டு, புரோகிதர் உள்ளிட்ட அனைவரும் கட்டுண்டு போவது நிகழ்கிறது. தொடர்கிறது. புரோகிதர்கள் தம் கடமையைச் செய்வதில்லை என்ற அதிருப்தி நாடெல்லாம் நிலவுகிறது. நாட்டின் முக்கியமானவர்களுள் ஒருவர் தலைமை புரோகிதரிடம் வந்து 'இந்த ஆண்டின் விருந்து நாள் எப்போது வருகிறது? நாங்கள் ஒரு யாத்திரை போவதால், உரிய வேளையில் திரும்பிவிடும் வகையில் அதனைக் கூறிவிடவும்' என்கிறார். தலைமை புரோகிதருக்கு தர்மசங்கடமான நிலை. நட்சத்திரங்களையும் நிலவையும் கவனித்துப் பல நாட்களாகிவிட்டது. 'ஒருநாள் பொறுங்கள், கூறிவிடுகிறேன்' என்கிறார்.

இப்படியே சென்றால், எந்த புரோகிதரும் கதைதான் கேட்பாரேயொழிய, வானைக் கவனித்து தெரிவிக்கப் போவதில்லை என்றுணரும் தலமை புரோகிதர் அரசவையைக் கூட்டி மன்னரிடம் முறையிடுகிறார். 'ஃபர்லிமாஸ் நாட்டில் அமைதியைக் குலைத்துவிடுகிறான். இது கடவுளின் விருப்பமா என்பதை இன்றிரவு நிகழ்த்திக்காட்ட வேண்டும்' என்கிறார். 'நான் கடவுளின் சேவகன். மனிதர் இருதயங்களிலுள்ள தீவினை கடவுளுக்கு அருவருப்பானது. இன்றிரவு கடவுள் தீர்மானிப்பார்' என்கிறார் ஃபர்லிமாஸ்.

அடுத்த இரவில், ஃபர்லிமாஸ் கதை சொல்லத் தொடங்கவும் கஞ்சா போன்று மகிழ்வடையச் செய்கிறது; அப்புறம் பிதற்ற வைக்கிறது. காலை நெருங்கவும் சிலரிடத்தே தெளிவையும் மற்றவரிடத்தே, சாவின் தேவதையென பீதியை ஏற்படுத்துகிறது. யுத்தத்தில் நிகழ்வதுபோல மானுடரின் இருதயங்கள் ஒன்றிற்கெதிராக ஒன்று எழுச்சிகொள்ளத் தொடங்குகின்றன. புயலடிக்கும் இரவில் மேகங்களென சீறுகின்றன. விடிகின்ற வேளையில் குழம்பிய மனங்கள் வியப்பால் நிறைகின்றன.

புரோகிதர்கள் தரையில் விழுந்துகிடக்கின்றனர் உயிரின்றி. சாலி எழுந்து மன்னரிடம் பேசுகிறாள்: 'எனது அண்ணனும் மன்னனுமாகிய அகஃபே, முகத்திரையை விலக்கிவிடு. மக்களிடம் உன்னை வெளிக்காட்டி, நீயே பலியை மேற்கொள். கடவுளின் கட்டளையால் இவர்களெல்லாம் வீழ்ந்துள்ளனர்.' சேவகர்கள் திரையை விலக்க, மன்னர் எழுந்து நிற்கின்றார்.

அந்நாட்டின் முதல் மன்னனான அகஃப், உதிக்கும் சூரியனென பிரகாசிக்கிறான். கடவுளுக்குப் பிரியம் உள்ளவரை வாழந்த முதல் மன்னன் அவனே.

அகஃப் மடிந்ததும் அடுத்து அரியணை ஏறியது ஃபர்லிமாஸ். அகஃப்பின் புகழ் எங்கும் பரவி, அந்நாடு மகிழ்ச்சியின் உச்சத்தையும் இறுதியையும் எட்டியிருந்தது. இளவரசர்கள் தம் பரிசுகளை அனுப்பியிருந்தனர்; மன்னரிடமிருந்து கற்றுவர மாணவர்களை அனுப்பினர். பெரும் வணிகரெல்லாம் அங்கு வந்து தங்கினர்.

ஃபர்லிமாஸின் புகழ் பரவத் தொடங்கவும், மானுட இருதயங்களில் பொறாமை வேர் கொண்டது. ஃபர்லிமாஸ் மடிந்ததும் அண்டை நாடுகள் அதனைத் தாக்கின. அரண்மனை தகர்ந்தது. தங்க வெள்ளிச் சுரங்கங்கள் ஆளரவமின்றிக் கிடந்தன. கீழைக் கடலுக்கு அப்பாலிருந்து வந்திருந்த ஃபர்லிமாஸின் கதைகள் மட்டும் எஞ்சியிருந்தன.

சூடானின் இக்கதை, ஜெகர்ஸாத்தின் மேதைமையிலிருந்தும் காலத்திலிருந்தும் உருக்கொண்டிருக்கக் கூடும்; இந்திய, பாரசீக, எகிப்திய வழக்காறுகளில் உருமாற்றங்கள் பெற்றிருக்கலாம். **ஆயிரத்து ஓர் இரவு கதைகளும்** சூடானின் நேர்த்தியான கதையும் ஒரு மரபிலிருந்து விளைந்த இரு சாயல்களாக இருக்கலாம் என்கிறார் ஜோஸப் கேம்பெவ்.

இக்கதையை முதலில் பதிவு செய்திருந்த ஃப்ரோபியஸ், இக்கதைக்குப் பின்புலமாக வரலாற்றுக் கால அல்லது வரலாற்றுக்கு முற்பட்ட கால பின்புலம் இருக்க வேண்டும் என அனுமானிக்கிறார். அக்கால கட்டத்தில், கோள்கள் – நிலவின் இருப்புக்கேற்ற உரிய வேளை வந்ததும் மன்னன் தன் அரசவையினருடன் தீக்குளித்து இருக்க வேண்டும்.

"கருத்தமைவுகள் / வகைமைகளை விடவும் கதைகளே மானுட மொழியாகத் திகழ்ந்த காலம் ஒன்று இருந்திருக்கும்; அப்போது மானுடர் கதைகள் வாயிலாகவே அறிந்துகொள்ளவும் தொடர்புகொள்ளவும் செய்திருப்பார்கள்; அரசனும் அரசியும் இல்லாது போனதும் கதைகளும் முடிவுற்றிருக்கும். கதைகளுக்குள்ள முக்கிய ஆற்றல்களில் ஒன்று, கொலை மற்றும் வன்முறையிலிருந்து மக்களைத் தடுப்பதாகும். வரவிருக்கும் காலங்களிலெல்லாம் வன்முறையைத் தவிர்க்க முடியும் என்று நான் கூறவில்லை, அவ்வப்போது தவிர்க்க முடியும் – இந்த அவ்வப்போதான நிகழ்வுகளையே நம் வாழ்வு சார்ந்துள்ளது" என்கிறார் கலாஸ்ஸோ.

நவீன எழுத்தாளர், யோகோ ஒகாவா 'நாவல்கள் எழுதுவது மரணத்தை எதிர்கொள்வது' என்கிறார்.

இன்னொரு சுவைமிக்க கதைகளின் வரிசை உண்டு. ஏழு அரச குருமார்கள் கதை / ஏழு ஞானியரின் கதை / சிந்துபாத்தின் புத்தகம் என்ற பெயர்களில் அழைக்கப்படும்.

கீழைத்தேய அரசன் ஒருவன் தன் மகனின் கல்வியை சிந்துபாத் என்னும் ஆசிரியரிடம் ஒப்படைக்கிறான். சிந்துபாத் மௌனம் காக்க வேண்டும் என ஒருவார காலத்தினை ஆசிரியர் ஒதுக்குகிறார். அக்காலத்தில் அவனை மயக்கி ஆட்சியுரிமையில் பங்குபெற முற்படுகிறாள் வளர்ப்புத் தாய். அவளது முயற்சி பலிக்காததால், தன்னிடம் இளவரசன் அத்துமீறினான் என மன்னனிடம் குற்றம் சாட்டிட, ஏழு கதைகளைக் கூறி அவனுக்கு மரணத்தை ஏற்படுத்த திட்டமிடுகிறாள். பெண்களின் நயவஞ்சனைகளை விவரிக்கும் ஏழு கதைகளை எடுத்துக் கூறி, வளர்ப்புத் தாயின் கதைகளை மறுதலிக்கின்றனர் ஏழு ஞானிகள். இறுதியில் இளவரசன் உண்மையைக் கூறவும் காப்பாற்றப்படுகிறான்.

இக்கதை இந்தியாவில் தோன்றி, இடைக்காலத்தில் பாரசீகம், அரபி வழியே மேற்கத்தைய நாடுகளுக்குச் சென்றிருக்க வேண்டும் எனப்படுகிறது. இதன் பழமையான பிரதி இடைக்கால அரபியில் உள்ளது. பர்ட்டனின் ஆங்கில மொழியாக்கத்தில் (Vol. 6, 1886) 578 – 606 இரவுகளில்

இடம்பெற்றிருக்கிது. Dolopathos என்னும் பெயரில் 12ஆம் நூற்றாண்டில் கிரேக்கத்திலிருந்து லத்தீனில் மொழியாக்கம் பெறுகிறது. அய்ரோப்பாவில் இக்கதைகள் புழக்கத்திற்கு வரும்போது கிழக்கத்தைய தொடர்புடையதாக 4 கதைகள் மட்டுமே இருந்தன.

ஆக 1001 இரவு கதைகளின் இருவேறு சாயல்களாக சூடான் நாட்டுக் கதையும் ஏழு ஞானியர் கதையும் உருக்கொண்டிருக்க வேண்டும் எனலாம்.

"மானுடச்சிந்தனை உண்மை விபரங்களாலோ **இலக்கங்களாலோ** அல்லாமல், பிரதானமாகக் கதைகளில் நிகழ்த்தப்படுகிறது.. அத்துடன் அவை மானுட சிந்தனைக்கான மிகச் சாதாரணமான பரவலான தொன்மையான வழிமுறையாக இருக்கிறது" என்கிறார் தபிஸ்கேர்.

கால ஓட்டத்தில் ஒருவர் வளர்ந்து வருகையில் அவரது தனிப்பட்ட கதையாடலும் மாற முடியும், மாற வேண்டும் என்பதைச் சுட்டிக் காட்டுகிறார் வனிதா தவ்ரா. "நம் கதையாடல்கள் நம் வாழ்க்கைக்கான உருவையும் ஆற்றலையும் அளிப்பதான, வலிமை, நம் வரலாற்றின் துண்டு துணுக்கான பகுதிகள், பிள்ளைகளை வளர்க்கும் தன்மை, குடும்ப அனுபவங்கள் நண்பர்கள், தர்க்கங்கள் ஆகியவற்றைக் கண்டறிந்திட துணைநிற்கின்றன... எதிர்காலத்தை நோக்கி நம்மை உந்திச் செலுத்திடும் வலுவையும் வழிகாட்டுதலையும் அளிக்கின்றன..."

தலைசிறந்த பொறியாளராக இருந்த தன் தந்தை, கலகலப்பாகக் கதைகள் சொல்லி வளர்த்த குழந்தைப் பருவத்தை மீட்டிப் பார்க்கும் சமூக அறிவியலாளரான சிவ் விஸ்வநாதன் குறிப்பிடுகிறார்: "ஒருவர் வளர்ந்து வரும்போது ஞாபகத்தின் ஆற்றலையும் அழகியலையும் உணர்ந்துகொள்கிறார். வரலாறு, வம்சாவளி, தொன்மம் முக்கியமானவை – அவை எனக்குள் வாழ்ந்தன. அவை தொடர்ச்சியினை உறுதிப்படுத்துபவை. ஞாபகம், வாய்மொழி வழக்காறு, கதை சொல்லலின்றி வாழ்க்கை முழுமையுறாது. நாகரிகம் குறித்த உணர்விலிருந்து, குறிப்பாகக் குழந்தைப் பருவ உணர்விலிருந்து அது வந்தது என்றெண்ணுகிறேன். எதிர்பார்ப்பு, மர்மம் நிறைந்து குழந்தைப்

பருவம் மாயத்தன்மை கொண்டிருக்கும். அது ஞாபகங்கள், கதைகள், அனுபவங்களின் கொடை – ஒவ்வொரு குழந்தையும் தனக்கானக் கடவுளைக் கண்டறிந்து வழிபடும். ஜாம்ஷெட்பூரில் குழந்தைப் பருவத்தைக் கழித்ததே என்னை உருவாக்கியது. பிற்பாடு புலப்படாத வகையில் எனக்கு வழிகாட்டிய ஞாபகங்களை அது வழங்கியது. ஒரு தலைமுறை கடந்து எனக்கு நரைத்துவிட்ட பின்னும், உயிருடன் வந்த குழந்தைப் பருவம் சிறியதொரு லட்சிய சமுதாயமாகும்."

டெபோரா ட்ரைஸ்மேன் என்னும் எழுத்தாளர், Fable என்னும் தலைப்பில் ஒரு நீண்ட கதை எழுதியுள்ளார். அதில் உளவியல் சிகிச்சையாளர் ஒருவர் தன்னிடம் வரும் நோயாளிக்கு சிகிச்சையாக, தன் வாழ்க்கைக் கதையைக் கட்டுக்கதை வடிவில் சொல்லச் சொல்கிறார். தன்மை ஒருமையில் சொல்லிப் பார்க்கிறார் நோயாளி. தடைபட்டு நிற்கிறது. படர்க்கை ஒருமையில் சொல்லத் தொடங்குகிறார். அப்போது கதை சொல்பவருக்கும் சொல்லப்படும் கதைக்குமிடையே தூரம் குறைவதாகத் தெரிகிறது. அதுதான் அவருடைய கதையாக இருக்கிறது. சிகிச்சையாளர் நோயாளியைப் படிப்படியாக கதைக்குள் வரச்செய்து அந்த இடைவெளியையும் இல்லாது போகச் செய்ய முயலுகின்றார். ஏனெனில் அந்த இடைவெளிதான் பிரச்சினை – ஒரு விதத்தில் அது உணர்வார்ந்த நேர்மை யின்மையாகவுள்ளது.

முதலில் கட்டுக்கதையாகத் தொடங்கும்போது, கதை யிலுள்ள தேவதைக் கதையம்சம் நிஜவாழ்விலுள்ள ஒன்றைக் குறிக்கின்றது; ஆனால் இப்போது தனக்கென்று ஒரு வாழ்வை எடுத்துக்கொள்கிறது. கதைசொல்லிக்கும் பாத்திரத்திற்குமிடை யிலான இடைவெளி இல்லாது போகும்போது, தன் கட்டுக்கதையின் சம்பிரதாய விதிமுறைகளின் பாரம் அழுத்துவது தணிந்துவிடுகிறது.

கதை சொல்லுவது உளவியல் சிகிச்சையில் முழுமையான தீர்வாக இல்லையெனினும், அதில் ஒரு பங்காற்ற முடியும் என்பதைத்தான் இலக்கியவாதியான இவர் வற்புறுத்துகிறார். கதைகள் உயிர்காத்த காலங்களுக்கும் சிகிச்சையளிக்கும் நவீன காலத்திற்கும் இடையில் பல நூற்றாண்டுகள் உள்ளன அல்லவா...

அடிக்குறிப்புகள்

1. ஹெர்ம்ஸ் – கிரேக்கக் கடவுளரின் தூதுவர்
2. ஹான்ஸெல், கிரெடெல்: – கிரிம் சகோதரர்களின் தேவதைக் கதை ஒன்றில் இடம்பெறும் பாத்திரங்கள்.

ஆதாரங்கள்

1. The Power of story / Roberto calasso - From: Storytellers@work/ katha, 2004.
2. The Masks of God: Primitive Mythology / Joseph cambell / Secker & warburg, London, 1960
3. காதல் வரலாறு / டயன் எக்கர்மென் / தமிழில்: ச. சரவணன் / சந்தியா பதிப்பகம், 2016
4. காற்று, மணல், நட்சத்திரங்கள் / அந்த்வான் து செந்த் - எக்சுபெரி / தமிழில்: வெ. ஸ்ரீராம் / க்ரியா, 2017
5. This week in Fiction: Charles yu on Theraphy and Storytelling / Fiction Podcast. The Newyorker...
6. Be positive / swetha Sharan / The Hindu - January 28, 2019.
7. Thinking in Stories / Tabish Khaire / The Hindu, January 4, 2017.
8. How to use your personal narrative to power your life / vinita Dawra / Sunday Times of India, February 3, 2019.
9. Life with Father / Shiv Visvanathan / The Hindu, July 27, 2014

பொருளடக்கம்

முன்னுரை

வாய்மொழிக் கதைகள் **21**

1. மிர்ஸாவும் சாஹிபானும் 23
2. பர்லாமும் ஜோஸபத்தும் 30
3. கோட்டி சென்னாயா 35
4. மூன்று திசைகளிலிருந்து மூன்று கதைகள் 40
5. அழகியும் மிருகமும் 44
6. டிஜேனும் பெரிய மருத்துவரும் 52
7. மகாலெட்சுமி 57
8. கிளி 63
9. எலியின் ஆசைகளும் துறவியின் வரங்களும் 70
10. ஹொனீமின் மாயச் செருப்புகள் 77
11. வடகிழக்கு மாநிலங்களின் வாய்மொழிக் கதைகள் 83
12. ஸ்காட்லாந்து நாட்டு வாய்மொழிக் கதைகள் 90
13. இளவரசன் பீட்டரும் மாயாவியும் 94
14. பன்னிரண்டு சகோதரர்கள் 101
15. ஏழு சகோதரரும் அவர்தம் தங்கையும் 108
16. சாட்சியம் 114
17. மூன்று பன்றிக் குட்டிகளின் கதை 121
18. முட்டாள் சிறுவன் 125
19. ஹேம்லினின் பைட் பைப்பர் 131
20. பினுவும் பெருஞ்சுவரும் 134
21. ஓநாயாக மாற்றப்பட்டவள்: ஓர் எஸ்டோனியக் கதை 139

கட்டுரைகள் **149**

1. கதை: காக்கும், குணப்படுத்தும் 151
2. வாய்மொழி மரபில் பெண் குரல் 159
3. வாய்மொழிக் கதைகள் வேறு, தேவதைக் கதைகள் வேறு 167

20 ● வாய்மொழிக் கதைகளும் பின்புலக் குறிப்புகளும்

வாய்மொழிக் கதைகள்

ஒரு பஞ்சாபிக் காதல் கதை

மிர்ஸாவும் சாஹிபானும்

கேவா என்னும் கிராமத்தில் நூரன் ஒரு பிள்ளையைப் பெற்றெடுத்தாள். கைக்குழந்தையாக இருக்கையில் நூரன் இறந்துபோனாள். இதனால் அவனை இன்னொருத்தி பாலூட்டி வளர்த்தாள். ஏற்கனவே அவள் பாலூட்டி வளர்க்கும் ஒரு பெண் குழந்தையை உடையவள். இதனால் அக்காலங்களின் மரபுப்படி அச்சிறியவனும் சிறுமியும் அண்ணன் – தங்கை ஆயினர். சிறுவன் பெரியவனாகி அக்கிராமத்திற்கும் அப்பகுதியில் வசித்த சய்யால் பழங்குடியினருக்கும் தலைவனாகி, கேவாகான் என்று அழைக்கப்பட்டான். சிறுமி பெரியவளாகி ஃபடே பீவி என்றழைக்கப்பட்டு கர்ரால் பழங்குடியைச் சேர்ந்த வஞ்சால் என்னும் வாலிபனுக்கு மணமுடித்து வைக்கப்பட்டாள். தானாபாத்தைச் சேர்ந்தவன் அந்த வாலிபன்.

கேவாவிலிருந்து தானாபாத்தைக் குதிரையில் சென்று சேர சுமார் ஒருநாள் பிடிக்கலாம். ஃபடே பீவிக்கும் வஞ்சாலுக்கும் மிர்ஸா என்னும் நம் கதை நாயகன் பிறக்க, கேவாகானுக்கு சாஹிபான் என்னும் கதாநாயகி பிறந்தாள். ஃபடே பீவியும் கேவாகானும் ஒரு தாயினால் பாலூட்டி வளர்க்கப்பட்டவர்கள். ஆதலால், மிர்ஸாவும் சாஹிபானும் ஒன்றுவிட்ட சகோதர - சகோதரியாயினர்.

தன் 'மாமூ' கேவாகானிடம் வளருமாறு விடப்பட்ட போது, மிர்ஸாவுக்கு எட்டு அல்லது ஒன்பது வயதிருக்கும். தம் பிள்ளைகளைத் தாய் அல்லது தந்தையின் உறவினர்களிடத்தே வளருமாறு அனுப்புவது அந்நாட்களில் புதிதில்லை. ஆதாரக் கல்வி பயிலுவதற்காக மிர்ஸாவையும் சாஹிபானையும் உள்ளூர் மசூதியில் பெயர் பதிவு செய்தார் கேவாகான். அகர வரிசையில் தொடங்கி அப்புறம் அதிகாரவாரியாக குரான் வாசிக்கக் கற்று, பின்னர் மாணவர் பெற்றோர் விருப்பப்படி பிற பாடங்களைப் பயில்வதுண்டு. அம்மசூதியின் இமாமே ஆசிரியர்.

அக்காலத்தின் பெரும்பாலான ஆசிரியர்களைப் போன்றே மிர்ஸாவுக்கும் சாஹிபானுக்கும் பயிற்றுவித்த ஆசிரியர், ஒழுக்க நெறிகளை வற்புறுத்துவதில் கடுமையானவர். பிள்ளை பாழானால் பரவாயில்லை, பிரம்பு பத்திரம் என்பதே அவரது பொன்னான விதி. அவரது பிரம்பு பட்டமாத்திரத்தில் உடலெங்கும் எரிகின்ற உணர்வு உண்டாகும். ஆன்மாவிலும் உண்டாகும் என்பது எனது யூகம். ஆண்டுகள் கழிந்தன, மிர்ஸாவும் சாஹிபானும் படித்துவந்தனர். பதின் பருவத் திலிருந்து வாலிபத்தைத் தொட்டனர். ஒருவர் மற்றவர் தோழமையில் இருப்பதைக் கண்டு கொண்டனர்.

உண்மையில் மிர்ஸாவும் சாஹிபானும் பரஸ்பரம் காதல் வயப்பட்டனர். நேர்மையானதும் கண் மூடித்தனமானதும் எதைப் பற்றியும் கவலைப்படாததுமான காதல் அது. மௌலவியைக் கவனிப்பதை விடவும் ஒருவரையொருவர் மிகுதியாகக் கவனித்தனர். ஒருமுறை தன் பாடத்தை மனனம் செய்யாததற்காக மௌலவியால் பிரம்படிப்பட்ட மிர்ஸா இப்படிக் கூறினாள்.

"பிரம்பால் என்னை அடிக்காதீர். என்னை வதைக்காதீர். ஏற்கனவே எரிந்துகொண்டிருக்கிறேன் (காதலால்) புத்தகங்களால் எனக்குப் பயனில்லை, எம் விதியால் எழுதப்பட்டிருப்பது காதல்"

சாஹிபான் அழகிய யுவதியாக வளர்ந்தாள். அவள் கடைக்குச் சென்றால் கடைக்காரர், அவள் அழகில் லயித்து சரியாக எடைபோட மாட்டார். எண்ணெய்க்குப் பதில் தேனைத் தருவார். அவள் வயல் வழியே போனால் உழுவதை

மறந்து அப்படியே பிரமை பிடித்தவர்களாகி விடுவார்கள் உழவர்கள். மிர்ஸாவும் நன்கு வளர்ந்து வந்தான். தோள்வரை முடி படிந்தவனாக சிறந்த குதிரை வீரனாக இலக்கு தவறாது அம்பெய்துபவனாக விளங்கினான். மிர்ஸா சாஹிபானின் காதல் சீக்கிரமே நகரின் பேச்சாகிவிட்டது. இதனைத் தாங்கிக் கொள்ள முடியாத சாஹிபானின் தந்தை மிர்ஸாவை அவனது ஊருக்கு அனுப்பிவிட்டான். அத்துடன் தன் குலத்தைச் சேர்ந்த தாஹிர்கானுக்குத் தன் மகளை மணமுடித்துக் கொடுத்திட நாளும் குறித்துவிட்டான்.

நடக்கப் போகும் திருமணத்தை அறிந்துகொண்ட சாஹிபான், தன்னை அழைத்துச் செல்லுமாறு மிர்ஸாவுக்கு தூதனுப்பினாள். இது நிகழுமாறு மிர்ஸா விடப்போவதில்லை. கேவா சென்று சாஹிபானைக் கொண்டுவருவேன் எனப் பிரகடனம் செய்தான். சய்யால் குலப் பெண்டிரை நம்ப முடியாது, பணயம் வைக்காதே என அவனது பெற்றோரும் சகோதரியும் எச்சரித்தனர். அவர்களது ஆலோசனையும் எச்சரிக்கையும் அக்காலத்து மதிப்புகளை உணர்த்துபவை, இன்றளவும் நீடித்து வருபவை. அவனது அப்பா கூறுகிறார் “இந்தப் பெண்கள் நாசமாய்ப் போகட்டும். அவர்களது மூளைகள் குதிகால்களில் உள்ளன. சிரித்துக்கொண்டே காதலிப்பார்கள், அழுதுகொண்டே ஒவ்வொருவரிடமும் தம் கதையைக் கூறுவார்கள். காதலிப்பவளின் வீட்டுக்குள் ஒருவன் காலடி வைக்கலாகாது. ஒருமுறை கௌரவத்தை இழந்துவிட்டால், லட்சக்கணக்கில் செலவு செய்தாலும் திரும்பப் பெற முடியாது” எனினும் தன் மகன் திடமாயிருப்பதை அறிந்ததும், “போவதில் குறியாயிருக்கிறாய், அப்படியானால் சாஹிபான் இல்லாமல் திரும்பாதே, இது நம் கௌரவப் பிரச்சனை, உன்னுடன் அவளை அழைத்துவா” என்கிறார்.

சாஹிபானின் திருமணம் நடக்க இருக்கும் நாளன்று, மிர்ஸா குதிரையை ஆயத்தப்படுத்தி வில் அம்பை எடுத்துக்கொண்டு கேவாவுக்குப் புறப்படுகிறான். மணமகன் குடும்பத்தினர் கேவாவுக்கு வந்து விருந்து உண்டு கொண்டிருக்கையில் மிர்ஸா போய்ச் சேருகிறான். மணமகளுக்கான உடையணிந்து உள்ளங்கைகளிலும் பாதங்களிலும் மருதாணி பூசிய சாஹிபான் மாடியில் ஓர் அறையில் அடைத்து வைக்கப்பட்டிருக்கிறாள்.

தான் அங்கு வந்திருப்பதை ஒரு தோழி மூலம் சாஹிபானுக்குத் தெரிவிக்க ஏற்பாடு செய்கிறான் மிர்ஸா. அப்புறம் அவளை அழைத்துக்கொண்டு தன் குதிரையில் இரவில் புறப்பட்டு விடுகிறான். இதனை அறியும் சாஹிபானின் சகோதரன் ஷானமரும் இதர சகோதரர்களும் மணமகன் தாஹிர்கானும் மற்றவரும் சேர்ந்து பின் தொடர்கின்றனர்.

தன்னை மற்றவர்களால் பின் தொடர்ந்து வந்து சேர முடியாத தூரத்தில் இருப்பதாக தன்னம்பிக்கை கொள்ளும் மிர்ஸா, சிறிது நேரம் ஓய்வுகொள்ள விரும்புகிறான். அந்த அளவுக்கு அவன் களைத்திருக்கிறான். தன் சகோதரர்கள் வந்து பிடித்துவிடுவார்கள் என சாஹிபான் மன்றாடியும் அவன் கேட்பதாயில்லை. "அப்படியே பிடிக்க வந்தாலும் ஷானமரை வீழ்த்த ஓரம்பு போதும், மணமகன் தாஹிர்கானுக்கு இன்னோரம்பு போதும். ஒட்டுமொத்த சய்யால்களுக்கும் தேவையான அம்புகள் உள்ளன" என்று கூறி அவன் தூங்க, சாஹிபான் கண்காணிக்கிறாள்.

சாஹிபானை சந்தேகங்கள் அலைக்கழிக்கின்றன. அவர்கள் மிர்ஸாவைப் பிடித்துக் கொன்றுவிட்டால் என்னாகும்? தன் சகோதரர்களை மிர்ஸா கொன்றுவிட்டால் என்னாகும்? அவளது விசுவாசம் தன் காதலனுக்கும் சகோதரனுக்கும் இடையில் சமமாயிருக்கிறது. இருவரில் யாரும் கொல்லப்படலாகாது. இது அப்படியே ரத்தம் சிந்தாது முடிய வேண்டும். எனவே மிர்ஸாவின் அம்பறாத்தூணியை அவன் கைக்கு எட்டாதபடி மரக்கிளையில் தொங்கவிடுகிறாள். சீக்கிரமே குளம்படிச் சத்தங்கள் கேட்கின்றன. அவர்கள் நெருங்கிவிட்டனர். சாஹிபான் மிர்ஸாவை எழுப்புகிறாள். விழித்தெழுந்த மிர்ஸாவுக்கு அம்பு கிடைக்கவில்லை. ஷானமரின் அம்பு மிர்ஸாவின் தொண்டையைத் துளைக்க கீழே விழுகிறான். இன்னொரு அம்பு அவன் மார்பைத் துளைக்கிறது. அப்போது குற்றஞ்சாட்டுவது போல சாஹிபானைப் பார்க்கிறான் மிர்ஸா.

"என் அம்பறாத்தூணியை மரத்தில் வைத்து பயங்கரமான வேலை செய்துவிட்டாய் சாஹிபான்"

அழுது அரற்றும் சாஹிபான், மிர்ஸா மீது இன்னும் அம்புகள் பாயலாகாது என அவன்மீது சாய இப்போது

வரும் அம்புகள் அவளைத் தாக்க, சலனமின்றிக் கிடக்கிறாள். கலை இலக்கிய உலகிற்குள் இப்படி நுழைகின்றனர் மிர்ஸாவும் சாஹிபானும்.

கதை பற்றிய குறிப்பு:

இது அக்பர் காலத்திய வாய்மொழிக் கதை. 17ஆம் நூற்றாண்டில் கவிஞர் ஷாயர் பிலுவால் கதைப் பாடலாக எழுத்தில் பதிவானது. ஹீர் – ரஞ்ஹா, ஹோணி – மஹிவால், ஸஸ்ஸி – புன்னம் ஆகிய பஞ்சாபித் துன்பியல் காதல் கதைகளின் சூஃபி கவிஞர்களால் புனைந்துரைக்கப்பட்டவை இக்கதைகள் என்ற குறிப்பும் உண்டு. வழக்கமான காதல் கவிதைகளிலிருந்து சற்று வேறுபடுவது இக்கதை. அதற்கு சாஹிபானின் பாத்திரம் காரணமானது. சாஹியான் காதலனைக் காட்டிக்கொடுத்தவள் என்னும் களங்கம் தொடர்ந்து சுமத்தப்பட்டு வந்துள்ளது. இதன் அதீத எதிர்வினையாக அவள் சார்ந்த சய்யால் குலத்தினர் பெண் குழந்தை பிறந்தால் கொன்றுவிடுவார்களாம், 'இன்னொரு சாஹிபான் எதற்கு?' இந்தக் கதை விமர்சனத்திற்குள்ளாவதும் சாஹிபானின் நிலைப்பாட்டை ஒட்டித்தான்.

கட்டாயத் திருமணத்திலிருந்து தன்னைக் காப்பாற்றிக் காதலனை வற்புறுத்தி அவனுடன் சேர்ந்து கொள்பவள்தான் சாஹிபான். பின் அவளே காதலனின் அம்பறாத்தூணியை மரக்கிளையில் வைத்துவிடுகிறாள். காதலன் கொல்லப்படலாகாது என்று அவனை உசுப்பியும் விடுகிறாள். அம்புகள் போடப்பட்டு நிலத்தில் சாய்ந்த காதலன் மீது சரிந்து, தானும் அம்பு பட்டு இறக்கின்றாள். ஆக அவளது நேசம் காதலனிடத்திலும், சகோதரர்களிடத்திலும் சமமாயிருக்கிறது. மதறசாவில் மிர்ஸா பிரம்படி படுகையில் சாஹிபானின் உள்ளங்கையிலும் தழும்பு ஏற்பட்டது என்னுமளவுக்கு இக்கதை சொல்லப்படும். இக்கதை உருவாக்கத்தில் இரு நிரடல்கள் அல்லது சிக்கல்கள் உள்ளன. மிர்ஸாவின் அப்பா, பெண்களின் பொதுவான குணம் என்று பேசுமிடத்தே, பெண்களை இழிவாகவே நிந்திக்கிறார். மிர்ஸா – சாஹிபான் காதலில் ஒரு தகா உறவு அம்சம் இருப்பதால்தான் அது ஏற்கப்படாமல் எதிர்க்கப்படுகிறது. பாலூட்டி வளர்த்தது ஒரே பெண் என்பதால் மிர்ஸா, சாஹிபானின் பெற்றோர்

சகோதர – சகோதரி உறவுடையவர்களாகவும் அவர்களின் வாரிசுகள் ஒன்றுவிட்ட சகோதர சகோதரிகளாகி விடுகின்றனர்,

பெண் காதலுக்காக பெரும் அழிவை ஏற்படுத்திவிடலாகாது என்ற நோக்கிலான சீர்திருத்த எண்ணமே சாஹிபானை இவ்வளவு சமநிலையில் காதலனையும் சகோதரரையும் நிறுத்த வைத்திருக்கிறது. எதற்கும் துணிந்தவளாயும் காதலனுடன் மடியவும் தயாராய் உள்ளவளாயும்தான் அவள் இருக்கிறாள். கதையின் இன்னொரு வடிவில் மிர்ஸா அம்புபட்ட மாத்திரத்தில் மடிந்துவிட, சகோதரி சாஹிபானை இட்டுச்சென்று சகோதரர்கள் கொன்றுவிடுகின்றனர் என்றுள்ளது. ஆக எந்நிலையிலும் பலியாகின்றவள் பெண்ணே. மிர்ஸாவின் காதல்கூட உள்ளடங்கியதாயிருக்க, சாஹிபானே தைரியமும் துணிச்சலும் மிக்கவளாக எதையும் தாங்கிடும் நிதானமும் பக்குவமும் கொண்டவளாக இருக்கிறாள். இக்கதை 1939லிருந்து திரைப்பட வடிவம் பெற்று 2012 வரை நீடித்து வந்துள்ளது. 1976இல் யுனெஸ்கோ சார்பாக இதனை நாடகமாக்கிய பல்வந்த் கார்கி என்னும் நாடகாசிரியரே சாஹிபான் பாத்திரத்திற்கு நியாயம் செய்து மறுபடைப்பாக்கம் செய்துள்ளார்.

மிர்ஸாவின் வீரத்தையும் தீரத்தையும் பஞ்சாபி இலக்கியம் தொடர்ந்து பதித்து வந்துள்ளது. முனிர் நியாஸியின் வரிகள் இரு நாயகர்களை முன்னிறுத்துகிறது. மிர்ஸாவுடன் சேர்ந்து ரஞ்சா என்னும் வீரனையும்.

"நண்பர்களே, ஏதேனும் செய்யுங்கள், இந்த அவநம்பிக்கைத் திரையை நீக்குங்கள் ரஞ்சனே, உன் குழலெடுத்து நல்லதொரு மெட்டினை வாசி. மிர்ஸாவே, வானில் அம்பெய்து இந்த இருள் வலையைக் கிழி'

இன்றைய பாகிஸ்தானின் கேவாவில் உள்ள பழைய மசூதிதான் மிர்ஸாவும் சாஹிபானும் பயின்ற மதறஸா எனப்படுகிறது. தானாபாத்தில் இருவருக்கும் கல்லறைகள் உண்டு. மிர்ஸா சாஹிபான் காதலால் கேவா ஊர் முழுவதும் எரிக்கப்பட, தப்பியது இம்மசூதி மட்டுமே என்னும் ஞாபகமும் கேவாவில் அழுத்தமாகப் பதிந்திருப்பதுதான் இதன் தனிச் சிறப்பு.

ஒரு காதல் இழை வாய்மொழிக் கதையாக உலவி, கதைப் பாடலாகி, நாடகமாகி, திரைப்படமாகி இன்னும் விவாதத்திற்குரியதாக படர்கின்றது. ஆணின் பார்வையில் உள்ள ஆதிக்க சந்தேகப் பார்வை சாஹிபானின் பாத்திர உருவாக்கத்திலும் இன்னோர் இழையாகச் சேர்ந்துவிடுகிறது. இப்போது சந்தேகப்படுவதும் பலியாவதும் சாஹிபான் மட்டுமல்ல. சய்யால் குலத்தில் பெண் சிசுவே நெறிக்கப்பட்டு புதைக்கப்பட வேண்டியதாகிறது.

கிறித்தவ மரபில் பதிந்த இந்தியக் கதை

பர்லாமும் ஜோஸபத்தும்

ஒரு காலத்தில் இந்தியாவில் வலிமையும் 'தீரமும் மிக்க மன்னன் ஒருவன் இருந்தான். அவனுக்கு உண்மையின் மார்க்கம் தெரியாது. அவ்வழியில் செல்வோரை சித்திரவதைப்படுத்தினான். வாரிசு இல்லாததால் வருத்தபட்டான். ஓர் இரவில் அரசிக்கு கனவு – ஆகாயத்திலிருந்து அவளிடம் இறங்கி வந்த யானை, அவளைக் காயப்படுத்தவில்லை. இக்கனவின் பொருள், மன்னனுக்கு மகன் பிறப்பான் என அரண்மனைச் சோதிடர்கள் விளக்கினர்.

அரசவை நபர்களுள் முக்கியமான ஒருவர் உண்மையின் மார்க்கத்திற்கு மாறிச் சென்றதை அறிந்து, அவரை வரவழைக்கிறான் மன்னன். உலகின் நிலையாமையைச் சுட்டிக்காட்டி, பணிவு கொள்ளுமாறு மன்னனை அறிவுறுத்துகிறார் அவர். ஆத்திரங்கொண்ட மன்னன் அவரை நாடுகடத்தி விடுகிறான்.

இதற்கிடையே மன்னனுக்கு ஒரு மகன் பிறக்கிறான். யுதாசப் என்று பெயரிடப்படுகிறது. முன்னோரையெல்லாம் மாட்சிமையில் விஞ்சிவிடுபவனாக ஆகி, ஆனால் உண்மையின் மார்க்கத்தில் ஈடுபடுவான் என்கிறது சோதிடக் கணிப்பு. எனவே யாரும் அவனை நெருங்க முடியாதபடி ஓர் அழகிய அரண்மனையை மகனுக்காகக் கட்டுவிக்கின்றான் – மனிதரின் நிலையோ மரணத்தின் தன்மையோ என்னவென்று தெரியாது வளரும் வகையில்.

அரண்மனையில் வளரும் இளவரசன் தனிமையை உணர்ந்து தனது சிறைவைப்பு போன்ற நிலைக்கான

காரணத்தை அறிந்து, தனக்கு மேலும் சுதந்திரம் வேண்டுமென்று தந்தையிடம் கேட்கிறான். அப்படியே வெளியே சென்று பார்க்கும் இளவரசன், குருடனையும் தொழுநோயாளியையும் முதியவனையும் பிரேதத்தையும் கண்டு மனிதரின் பொதுவான விதியைப் புரிந்துகொள்கிறான். இவர்களுக்கு யார் ஆறுதல் தர முடியும்? உண்மை மார்க்கத்தின் ஞானிகளே அதனைத் தர முடியும். அவர்களோ நாட்டிலிருந்து துரத்தப்பட்டுவிட்டனர்.

இந்நிலையில் இளவரசனை வர்த்தகர் உடையில் வந்து சந்திக்கும் பர்லாம் என்னும் ஞானி, நவரத்தினங்களை எடுத்துக்காட்டுவதாகப் பாவனை செய்து, உலகின் பகட்டினை – நிலையாமையை எடுத்துரைக்கின்றார். ஞானியின் வயதென்ன என்று வினவும் இளவரசனிடம் 12 வயது என்கிறார். துறவுக்காலத்தில் இருந்த 12 ஆண்டுகளே தன் வயது என்னும் பொருளில். புறப்பட இருக்கும் ஞானியுடன் வரப்போவதாக இளவரசன் கூறுகிறான். துறவுக்கோலம் பூணும் இளவரசனை அழைத்துப் போகிறார் ஞானி.

செய்தியை அறியும் மன்னன், ஞானியைத் தேடிக் கண்டு பிடித்துக் கொன்றுவிட வேண்டும், முடியாது போனால் உண்மை மார்க்கத்தவர் ஒருவரை வரவழைத்து, தன் மார்க்கத்தை விவாதத்தில் நிரூபணம் செய்ய வேண்டும் என்று ஆணையிடுகிறான். விவாதத்தில் வென்றாலும், உயிருக்குப் பயந்து காட்டுக்கு ஓடிவிடுகிறான் அம்மார்க்கத்தவன்.

இளவரசனை மாற்றுவதற்கு ஒரே வழிதான் உண்டு. பெண்ணின் தந்திரமும் வசீகரமும்தான் அதனைச் செய்ய முடியும் என்கிறார் தீயுடாஸ் என்ற மந்திரவாதி. இளவரசனோ தன் நிலையில் திடமாக இருப்பதால் மன்னனை வேறொன்றும் செய்ய இயலாது போகிறது. மந்திரவாதியும் இளவரசனின் உண்மை மார்க்கத்தை ஒத்துக்கொள்கிறார்.

இப்போது பர்லாமுடன் கானகம் சென்று துறவியாக வாழ்ந்துகொண்டிருக்கிறான் இளவரசன்.

குறிப்பு:

இந்திய மன்னன் ஒருவனையும் அவனது மகனையும் குறித்த இக்கதை உலகியல் வாழ்வின் நிலையாமையை உணர்த்தி, துறவு

வாழ்வின் உன்னதத்தை வற்புறுத்துகிறது. நீதிக்கதை வடிவில் கதைக்குள் கதையாக அரசியல் சூது, தத்துவ மார்க்கங்கள், உலகியல் வாழ்வு, துறவு வாழ்வு எனப் பல அடுக்குகளாக விரிகின்றது.

இக்கதை நீண்ட வரலாற்றுப் பின்புலமுடையது. 'குருடனையும் தொழுநோயாளியையும் முதியவனையும் பிரேதத்தையும்' பார்க்கும் இளவரசன் உண்மையின் மார்க்கத்தில் ஈடுபடும் நாட்டம் கொள்கிறான் என்கிறது இக்கதை. 'நோயாளியையும் முதியவனையும் பிண ஊர்வலத்தையும்' பார்க்கும் சித்தார்த்தனே அரண்மனையிலிருந்து கிளம்பிப் போகிறான் என்கிறது புத்தரின் வரலாறு. புத்தரது வரலாற்றுடனான ஒப்புமைக்கு ஒரு தடயத்தைக் கொண்டுள்ள இக்கதை, வேறு திசைகளிலும் பயணித்துள்ளது. அசோகனது தம்பி வித்யசோகாவின் வாழ்க்கையினையும் நினைவூட்டுகிறது.

இன்னும் பௌத்தத்தில் சேராத அசோகனின் தம்பி வித்யசோகா துறவு வாழ்வில் ஈடுபடாமலேயே புலனின்பங்களை வெல்லலாமே என வாதிடுகிறான். தன் தம்பியை பௌத்தத்தில் சேர்த்துவிட வேண்டும் என்று முடிவுகட்டும் அசோகன் அரச உடையில் சிறிது நேரம் அரியணையில் தம்பியை இருக்க வைக்கிறான். அடுத்து ஒருவார காலம் மன்னனாக இருக்குமாறு கட்டளையிட்டுவிடுகிறான். சலனமடையாது இல்லாது போனால், எச்சரிக்கை மணி வைத்து சதா பின்புறத்தில், காத்திருக்கும் தூக்கிலிடுவோன், தூக்குமேடைக்குக் கொண்டு போய்விடுவான். ஒருவாரம் முடிந்ததும், எப்படிச் சமாளித்தாய் என்று தம்பியிடம் அசோகன் வினவுகிறான். தூக்கிலிடுபவன் தான் என்னைச் சதா விழிப்போடு இருக்க வைத்துவிட்டான் என்கிறான் தம்பி.

ஒரு மரணம் குறித்த எண்ணம் இவ்வளவு செல்வாக்கு செலுத்துமானால், ஓர் ஆயுளில் எவ்வளவு மரணங்களைப் பார்க்க நேரும், அவை எந்த அளவு தாக்கம் செலுத்தும் என்று அசோகன் வாதிடுவதை ஏற்று பௌத்தனாகிவிடுகிறான் வித்யசோகா.

சிரியா, கிரேக்கம், ஜார்ஜியா, பாரசீகம், அரேபியா போன்ற நாடுகளிலும் இக்கதை வெவ்வேறு வடிவங்களில் மாற்றங்களுடன்

உலவி வந்துள்ளது. பௌத்தத்தின் செல்வாக்குள்ள இக்கதை, பௌத்தத்தைச் சற்று உள்வாங்கி, கதைகள் வழி பேச முற்பட்ட கிறித்தவத்திற்குப் போய்ச் சேர்ந்ததால், இது நீண்ட காலமாக பல்வேறு பண்பாடுகளில் பரவி வந்துள்ளது. மனிதனின் இறுதி விடுதலைக்குத் தடையாக இருப்பது புலனின்ப வாழ்க்கையே என்பதில் பௌத்தத்துடன் ஒப்புமை கொள்ளும் கிறித்துவம், ஐந்து அல்லது ஆறாம் நூற்றாண்டிலேயே இக்கதை யினையும் தனதாக்கிக் கொண்டிருக்கும். இஸ்லாம் தோன்றும் முன்பே இது நிகழ்ந்திருக்கும். அலெக்ஸாண்டரின் இந்தியப் படையெடுப்புக்குப் பின் பௌத்த சிந்தனை சிரியாவில் பதிந்து விட, அங்கிருந்து கிரேக்கம் முதலான பிற நாடுகளுக்குச் சென்றுள்ளது.

யூத மரபில் The Prince and the Dervish என்னும் பாடல்களில் இடம்பெறும் கதை, பர்லாமும் ஜோஸபத்தும் கதையின் வடிவமே. அது போலவே, ஜார்ஜியாவில் வழங்குகின்ற The Wisdom of Balavar கதையும். கிரேக்கத்திலுள்ள இக்கதை வடிவம் ஜார்ஜியக் கதையின் மொழியாக்கம்.

சரி, பர்லாம், ஜோஸபாத் என்ற பெயர்களுக்கும் இந்தியாவுக்கும் என்ன தொடர்பு?

இக்கதையில் வரும் இளவரசனின் பெயர் யுதாசப் (Yudasaph). யுதாசப், இந்திய துறவு மார்க்கத்தை நிறுவியவராக அரபி இலக்கியத்தில் குறிக்கப்படுகிறார். இப்பெயர் Budasaph என்றும் எழுதப்படும். இது Bodhisattva என்பதன் வடிவமே என ரெப்பனாத் என்னும் ஆய்வாளர் சுட்டிக்காட்டுகிறார்; பாரசீகப் பெயர்கள் asp என்று முடியும் மரபை ஒட்டி இம்மாற்றம் ஏற்பட்டிருக்கும் என்கிறார். .

Barlaam என்பது சிரிய மொழியின் balanavar என்பதற்கான மாற்று வடிவம். சிரிய வடிவத்தின் ஆதாரம் Balauhar. இவை இரண்டுக்கும் அடிப்படை சமஸ்கிருத bhattaraha. ஆக Bhagavan Bodhisattvascha என்பதே Barlaam and Josaphat என்றாகியுள்ளது.

மொழிகள், மதங்கள், பண்பாடுகளுக்கிடையிலான கலந்துறவாடல்கள் ஒன்றையொன்று சார்ந்து உறவாட வைக்கின்றன; ஒரு கட்டத்தில் விலகி வேறுபடச் செய்கின்றன;

சா. தேவதாஸ்

தனி அடையாளத்தைப் பேண முற்படுகின்றன. இந்த நெருக்கமும் விலகலும் சேர்ந்த ஒரு வேதியியல் நிகழ்ச்சிப் போக்கினை இக்கதையின் பயணத்தில் காணலாம்.

பாலில் சர்க்கரை கலந்து ஒன்றாகிவிடுகிறது; பாலில் தேயிலை கலந்து வேறாகிவிடுகிறது என்னும் போக்குகளுக்கு இக்கதையின் பலவான வடிவங்களை எடுத்துக்காட்டலாம்.

'ஒட்டுமொத்த உலகத்தையும் தன் பார்வையில் கொண்டு வந்த கண்ணை, சிறு தூசி மறைத்துவிடும்' என்றொரு வாசகம் உண்டு. நிலையாமையை வற்புறுத்துவதற்காகக் கூறப்படும் 'ஒட்டுமொத்த உலகத்தையும் தன் பார்வையில் கொண்டு வரும் கதை' வெற்றிகொள்ள இன்னும் உலகங்கள் வேண்டும்.

துளு பண்பாட்டின் இரு எதிர்ப்பு - அடையாளங்கள்

கோட்டி சென்னாயா

நீர்நிலையில் தவறி விழுந்த முட்டையை எடுக்கும் பெஜனார் என்னும் பிராமணன் தன் வீட்டுக்குக் கொண்டு சென்று அரிசிப் பானையில் வைக்க, அம்முட்டையிலிருந்து பிறக்கும் பெண்ணுக்கு 'ஜெவு கெட்கே' எனப் பெயர் இடப்படுகிறது. வயதுக்கு வந்து விடுகிறாள். பிராமண வழமைப்படி, திருமணத்திற்கு முன் பெண் பூப்பெய்தக்கூடாது என்பதால், கண்ணைக் கட்டி காட்டில் விட்டுவிடுகின்றனர்.

கள் இறக்கும் வேலை பார்க்கும் சாயனா, தேயி பைதெடி என்று பெயரிட்டு பராமரித்து வருகிறான். இவளை பாக்குத் தோட்டத்தைச் சேர்ந்த ஒருவனுக்கு மணம் செய்து வைக்கிறான்.

காட்டுப் பன்றியை வேட்டையாடும் பல்லாள மன்னன் முள் குத்தி மயங்கி விழ, கர்ப்பவதியாயிருக்கும் தேயி, அரண்மனை வந்து மன்னனைக் குணப்படுத்திவிடுகிறாள். தேயிக்குப் பெண் பிறந்தால் பொன்னும் பொருளும் தருவேன், ஆண் பிறந்தால் நிலமும் பரிசுகளும் தருவேன் என மன்னன் வாக்குறுதி அளிக்கிறான்.

அரண்மனையிலிருந்து தன் வீடு செல்லும் வழியிலேயே தேயிக்குப் பிரசவ வலி வந்துவிட, அரண்மனை கொண்டு வரப்பட்டு பிரசவம் நிகழ, கோட்டி மற்றும் சென்னாயா என இரட்டை ஆண் குழந்தைகள். தீட்டுத்துணிகளை

அலச குளத்திற்குப் போன தேயி, தென்னங்கீற்று விழுந்து இறந்துவிடுகிறாள். பிள்ளைகளை சாயனா வளர்த்து வருகிறான். ஆனால் அமைச்சர் புத்யாந்தாவுக்கு இவர்களின் தாய் கீழ்சாதிப் பெண் என்பதால் இப்பிள்ளைகளிடத்தே விரோதம் வளர்கிறது.

கோடியும் சென்னாயாவும் ஊர்ப் பொதுமைதானத்தில் விளையாடச் சென்றதால் தாக்கப்படுகின்றனர். அபராதம் கட்ட வேண்டும் என இம்சிக்கப்படுகின்றனர். ஒருநாள், விளையாட்டில் அமைச்சரின் பிள்ளைகளைத் தோற்கடித்தும் விடுகின்றனர். வீர விளையாட்டுகளின் மையமான ‘கராடி’யில் சேர்ந்து வீரர்களாகின்றனர். விவசாயமும் கள் இறக்குதலும் பார்த்து வருகின்றனர்.

அடுத்து, விவசாயத்தைக் கோட்டி பார்த்துக்கொள்ள, சென்னாயா கள் இறக்குவதில் ஈடுபடுகின்றனர். ஒருமுறை, வயலுக்குக் கால்வாய் நீர் திறந்துவிடுவதில் கோட்டிக்கும் அமைச்சர் புத்யாந்தாவுக்கும் தகராறு ஏற்பட, வாய்கட்டிப் போனவனாகக் கோட்டி நிற்கிறான். இதையறிந்த சென்னாயா, ஏழு ஏழரை அடி தாவுவதும் மூன்று மூன்றரை அடி இறங்குவதுமாக, ஆறு பட்டை மூன்று பட்டை குத்தீட்டிகளுடன், மயிலாட்டம், புலியாட்டம், மான் தாவல் போட்டு, அங்கே வருகின்றான். அண்ணனின் நிலையைக் கண்டு அமைச்சருடன் மோதி குத்திக் கொன்றுவிடுகிறான்.

உடனே இருவரும் அமைச்சரின் வீட்டுக்குச் சென்று, அமைச்சரின் மனைவியிடம் தாகத்திற்குப் பாலும் வெற்றிலையும் கொண்டுவரச் சொன்னார்கள். அத்துடன் எம்மிடமிருந்து பறிக்கப்பட்ட தானிய முடிச்சு உங்கள் இல்லத்தில் உள்ளது, அதனை எம்மிடம் தரச் சொன்னார் என்கின்றனர். வீட்டுக்குள் நுழைந்து அத்துணிப் பொதியிலுள்ளதை நாலாபுறமும் சிதறி சுள்ளிகளின் காடு வளரட்டும் எனச் சபித்துச் செல்கின்றனர், பாலும் வெற்றிலையும் எடுத்து வயலுக்கு வரும் அமைச்சர் மனைவி அரசக்கே, சடலமாகக் கிடக்கும் கணவனைப் பார்த்து அரற்றி அழுகிறாள். அமைச்சரைக் கொன்றதால் இருவரையும் அரண்மனைக்குக் கொண்டுவந்து கட்டிவைத்து தண்டிக்க முற்படுகின்றனர். மன்னன் தங்களுக்கு அளிப்பதாக வாக்குறுதி அளித்திருப்பதை ஆறுமாதங்களுள் தந்துவிட வேண்டும் என மன்னரிடம் கெடுவிடுத்துத் தப்பிச் சென்றுவிடுகின்றனர்.

அண்டை நாடான பாஞ்சாவில் நுழைந்து ஒரு பிராமண வீட்டில் குடிக்கத் தண்ணீர் கேட்கின்றனர். வந்திருப்பவர்கள் பிருவா என்னும் கடை நிலைச் சாதியினர் என்றறிந்து, ஓர் இரும்புக் குழாயில் ஊற்றிக் குடிக்கச் சொல்கின்றனர். இவர்களோ தம் குத்தீட்டிகளின் மேல் ஊற்றச் சொல்லி தாகம் தீர்த்துக் கொள்கின்றனர். ஊற்றுகையில் பிராமணன் கைகள் நடுங்க, சென்னாயாவுக்கு ஏழு கிண்ணங்கள் கோபம் ஏறுகிறது. அடிக்க முற்பட, கோட்டி தடுத்துவிடுகிறான். அவர்கள் செல்லும் இலந்தைக் காட்டில் சென்னாயாவின் அம்பு தைக்கும் ஒரு பழம் ஆயிரங் கூறுகளாகத் தெறித்தோடுகிறது. இருவரும் வெற்றிலைப் போட்டுத் துப்புகின்றனர். கோட்டி உமிழ்வது புறா வண்ணத்திலும் சென்னாயாவின் சாறு கிளிப்பச்சையிலும் இருக்கிறது. சென்னாயன் அவர்களிடம் விஷமம் செய்து விளையாடுகின்றான். பின்னர் அவர்களிடம் வழி கேட்டு ஓர் ஊரை அடைகின்றனர். அங்கு கின்னிதாரு என்னும் பெண் வீட்டுக்குச் செல்கின்றனர். 'நிலப்பிரபுக்களாய் இருந்தால் தென்னை மர நிழலில் அமரலாம். செட்டியோ பிராமணனாகவோ இருந்தால் வெற்றிலைக்கொடி நிழலில் அமரலாம். ஒரே சாதியாயிருந்தால் உள்ளே ஊஞ்சலில் அமரலாம்' என்கின்றாள்.

கின்னிதாரு, தேயி காந்தனேயின் மகள். தமது சகோதரி என்றறிந்து கொள்கின்றனர். இவ்வேளையில் கள் இறக்கும் வேலை முடிந்து வந்து சேருகிறார் கின்னிதாருவின் கணவர் பைய்யா பைத்யா. இருவரையும் மன்னர் பல்லாலாவின் பராமரிப்பில் இருந்து வரட்டும் என அரண்மனைக்கு அனுப்பி வைக்கிறார்.

அதற்கு முன்னரே இவர்கள் செய்துள்ள கொலையைக் குறிப்பிட்டு ஒரு கடிதம் மன்னரிடம் வந்து சேருகிறது. சிறைப்படுத்தப்படும் இருவரும் தம் தெய்வம் பெர்மரை வணங்கி அருள் பெற்றுத் தப்பிவிடுகின்றனர். எம்மூரு தேவன்னகிரி மன்னன் இவர்களுக்குப் புகலிடம் தருவதுடன் நிலமும் தந்து அரவணைத்துக் கொள்கிறான். ஏனெனில் பாஞ்சா மன்னனிடத்தே இவனுக்கு விரோதம்.

விவசாய வேலைகளில் மூழ்கிவிடும் இருவரும் ஒருநாள், வேட்டைக்குப் போக, சென்னாயன் பெரும் காட்டுப்பன்றியை

வீழ்த்துகிறான். இந்நிலையில் இந்த இரட்டையரைத் தன்னிடம் ஒப்படைக்குமாறு பல்லாலனிடமிருந்து தேவன்னகிரிக்குக் கடிதம் வருகிறது.

தங்களுக்கு சண்டையிடுவது தவிர்த்து வேறு வழியில்லை என்பது இரட்டையருக்குத் தெளிவாகின்றது. தயாராகின்றனர். ஒருவேளை முதலில் நான் இறந்துவிட்டால், காகமாக மாறி மலைக்குகையில் காத்திருப்பேன். நீ இறந்துவிட்டால் அதே மாதிரி காத்திருக்க வேண்டும் என்று கூறிச் செல்கிறான் கோட்டி. மூத்தவன் மேட்டு நிலத்தில் நின்றுகொள்ள இளையவன் பள்ளத்திற்கு வருகின்றான்.

சண்டையில் சென்னாயனின் பாதத்தில் ஓர் அம்பு பதிந்து பாஞ்சா மன்னனது நாயும் தாக்க, இன்னோர் உலகம் போய்ச் சேருகிறான். பல்லாலவினால் கோட்டியும் வீழ்த்தப்படுகிறான். பாஞ்சா எம்மூரு, பெர்மலே ஆகிய நாடுகளின் அரசர்களை அழைத்து இன்றிலிருந்து நீங்கள் மூவரும் ஒற்றுமையாக வாழ வேண்டும் என ஆசீர்வதித்து விட்டு உயிர்துறக்கிறான் கோட்டி.

அவர்களது தெய்வம் பெர்மெரின் வலப்புறத்தில் சேர்ந்து கொள்ளும் பொருட்டு அப்புனித வளாகத்தை அடைகிறான் கோட்டி. உடன் பிறந்தவனையும் அழைத்துவா என்கிறது அசரீரி.

இந்நிலையில் அண்ணன் தன்னிடமிருந்து பிரிந்து விட்டதை அறிந்து துக்கம் தாளாமல் பாறையில் மோதி உயிர் துறக்கிறான் சென்னாயன். பின்னர் இருவரும் ஒன்று சேர்ந்து பெர்மெருடன் இணைந்து கொள்கின்றனர். இவ்விருவரையும் கொன்ற துக்கமும் வருத்தமும் தீர மூன்று மன்னர்களும் சேர்ந்து இவர்களுக்கு வீர விளையாட்டு மையம் (garadi) நிறுவுகின்றனர் நாடெங்கிலும்.

குறிப்பு: கன்னட மாநிலத்தில் துளு மொழி பேசும் மக்களிடையே நெடுங்காலம் வாய்மொழிக் கதையாக இருந்து வந்தது கோட்டி – சென்னாயா என்னும் இக்கதை, நீண்ட கதையின் சுருக்க வடிவம் இது. சிறி என்னும் இன்னொரு நீண்ட வாய்மொழிக் கதையும் துளு மொழிக்குரியதாகும். நெடுங்காலமாக எழுத்து வடிவமின்றி, வழக்காற்று மொழியாகவே இருந்து வந்த துளுவுக்கு சுமார் 150 ஆண்டுகளுக்கு முன்னரே வரிவடிவம் ஏற்படுத்தப்பட்டது.

மூன்று திசைகளிலிருந்து மூன்று கதைகள்

1. வயதான ஜோவும் தச்சனும்:

வயதான ஜோ கிராமப்புறத்தில் வாழ்ந்துவந்தான். அவனுக்கொரு நல்ல அண்டை வீட்டான் இருந்தான். இருவரும் ஆயுட்கால நண்பர்கள். இருவரது மனைவியரும் இறந்து, பிள்ளைகள் வளர்ந்துவிட்ட இப்போது, இருவரும் தம் பண்ணை வேலைகளில் மூழ்கியிருந்தனர்.

ஒரு கன்றுக்குட்டியால் பிரச்சனை வந்தது. இவ்வளவுக்கும் யாருக்கும் முக்கியத்துவம் இல்லாதது அது. ஒருநாள் அண்டைவீட்டானது நிலத்தில் திரிந்துகொண்டிருந்த அக்கன்றுக்குட்டி தன்னுடையது என்றான் அண்டைவீட்டான். இல்லை, நான் வளர்த்த பசுவின் அடையாளங்களை அது கொண்டிருப்பதால் என்னுடையது என்றான் ஜோ.

இருவரும் பிடிவாதத்தால் பேசிக்கொள்வதை நிறுத்தினர். ஒருநாள் ஜோவின் வீட்டுக்கதவு தட்டப்பட்டது. தோளில் தொங்கும் பையுடன் இளைஞன் ஒருவன் வாசலில் நின்றான். இனிய குரலும் கரிய விழிகளும் கொண்டவன். 'சிறுசிறு வேலைகள் இருந்தால் ஒத்தாசையாக இருப்பேன்' என்றான்.

அவனை வீட்டுக்குள் வரவழைத்து, இருந்த ரொட்டி வெண்ணெய் ஜாமினைத் தந்து பசியாற வைத்தான். பிறகு

இவ்விரு கதைகளும் இதிகாசப் பரிமாணமுடைய வாய்மொழிக் கதைகளாக உள்ளன. சாதி வர்க்கம் சார்ந்த எதிர்ப்புணர்வும் சாதியப் படிநிலையில் கடைகோடியில் நிறுத்தப்பட்டு வந்ததால் எழும் அடையாள உணர்வை உறுதிப்படுத்துவதும் கோட்டி சென்னாயா கதையில் வெளிப்படையாகவே தெரிகிறது.

உயர் சமூகத்தினர் கீழ்நிலைச் சாதிகளை விலக்கி வைத்து அவமானப்படுத்துவற்கு, இரு இடங்களில் எதிர்ப்பும் பதிலடியும் இக்கதையில் தரப்படுகின்றன. பிராமணன் இரும்புக் குழாயில் நீர் ஊற்றுவதாகக் கூற, குத்தீட்டிகளில் ஊற்றச் சொல்லிக் குடிப்பது ஓரிடம். உயர்சாதியினர் செய்வதற்குப் பதிலடியாக தாழ்த்தப்பட்டவர்கள் இங்கே உயர்சாதியினரை விலக்கி வைப்பதாக ஓரிடம். நிலப்பிரபுக்களாயிருந்தால் தென்னை மர நிழலில் அமரலாம். செட்டியோ, பிராமணனாகவோ இருந்தால் வெற்றிலைக்கொடி நிழலில் அமரலாம். ஒரே சாதியாகயிருந்தால் உள்ளே ஊஞ்சலில் அமரலாம் என்று கூறி கின்னிதாரு தன் சகோதரர்களை வரவேற்கும் இடம்.

கோட்டிக்கும் சென்னாயாவுக்கும் இடையேயான நட்பு அவர்கள் தம் தெய்வம் பெர்மெருடன் சேர்ந்துகொள்வது வரை நீடிக்கின்றது. சென்னாயாவின் வீரதீரமும் சாகசமும் ஈடு இணையற்ற ஆளுமையாக அவனை வெளிப்படுத்துகின்றன. இந்த இருவரும் உண்மையாயினும் கற்பிதமாயினும் அநீதியை எதிர்த்துப் போராட உத்வேகம் தரும் நாயகர்களாக தலித் மக்களுக்கு விளங்குகின்றனர். எனவேதான் துளு மக்கள் வாழிடங்களில் 250க்கும் மேற்பட்ட வழிபாட்டிடங்கள் இந்த நாயகர்களுக்குக் கட்டப்பட்டுள்ளன, இவை ஒரு காலத்தில் தலித் மக்கள் வீர விளையாட்டு கற்றுக்கொண்ட மையங்கள், தெற்கு கானரா மற்றும் உடுப்பி மாவட்டங்களில் துளு பேசும் மக்களிடம் தலைமுறை தலைமுறையாக கூறப்பட்டுப் பாதுகாக்கப்பட்டுள்ள காவியம் என்றே இதனைக் கூறலாம். அவ்வப்போது nema எனப்படும் வழிபாடும் இவர்களுக்கு நடத்தப்படுகிறது.

ஆதாரம்: Indian literature march april 2017 (298)

நன்றி: karnataka folk paintings

இளைஞனிடம் பேசினான்: "இந்த ஜன்னல் வழியாகப் பார். அங்கேயுள்ள பண்ணை தெரிகின்றதா? அது எனது அண்டைவீட்டானுடையது. எங்களது பண்ணைகளுக்கு இடையே கால்வாய் ஓடுவது தெரிகின்றதா? இந்த வாரம்தான் அது வெட்டப்பட்டது. போனவாரம் அது இல்லை. என்னை வெறுப்பதற்காக அவன் கட்டியது. அவன் கால்வாய் வெட்டிப் பிரித்துவிட்டான். நீ உயரமான வேலியை எழுப்பிவிடு, அவன் பண்ணை என் பார்வையிலேயே படக்கூடாது".

"மரமும் ஆணிகளும் தந்தால் போதும். என்னிடம் கருவிகள் இருக்கின்றன. நீங்கள் விரும்பியபடி செய்துவிடுவேன்" என்று கூறிய தச்சன், வேலையைத் தொடங்கினான். அளப்பது, கட்டைகளைத் தறிப்பது, ஆணியடிப்பது என மும்முரமாய் நடந்த வேலை இப்போது முடிந்திருந்தது.

தச்சன் வேலையைப் பார்க்க வந்த ஜோவுக்கு ஒரே திகைப்பு. வியப்பும் கூட. 'ஆ' வென்று பார்த்தவனால் வாயை மூட முடியவில்லை. காரணம் அங்கே வேலி இல்லை, பாலம் இருந்தது. கால்வாயின் ஒரு புறத்திலிருந்து இன்னொரு புறத்தை இணைத்தது! அழகான மரவேலைப்பாடாய் இருந்தது. இருபுறங்களிலும் கைப்பிடிகளுடன் வசதியாயும் பாதுகாப்பாயும்.

அப்போது ஜோவின் அண்டை வீட்டான் அப்பாலத்தில் வந்துகொண்டிருந்தான். ஜோ, நீ சரியான ஆள்தான், பாலத்தைக் கட்டிவிட்டாயே. என்னால் அது முடியாமல் போனது. திரும்பவும் நாம் நண்பர்களாகப்போவதில் சந்தோஷமே!"

அண்டை வீட்டானைத் தழுவிக்கொண்டே "அக்கன்றுக்குட்டி உன்னுடையதே. நானும் உன் நண்பனாக இருக்கவே ஆசைப்படுகிறேன்" என்றான் ஜோ.

அப்போது தச்சன் தனது கருவிகளைத் திரட்டி பையில் போட்டு, கிளம்புவதற்குத் தயாராகிக்கொண்டிருந்தான்.

"இளைஞனே பொறு. நீ இங்கேயே தங்கிவிடு இங்கே நிறைய வேலைகள் இருக்கின்றன".

"இருந்துவிட ஆசைதான், ஜோ. நான் நிறைய பாலங்கள் கட்ட வேண்டியிருக்கிறது"

சா. தேவதாஸ்

2. கணவனுக்கு இரண்டு பங்கு, மனைவியருக்கு ஒன்று.

ஒருநாள் முள்ளெலி ஒன்றைப் பிடித்துவந்த ஒருவன் அதனைச் சமைக்கும்படி இரு மனைவியரில் ஒருத்தியிடம் கூறினான். சமைத்து முடித்தாள். அதைப் பங்குபோடும்படி இரண்டாவது மனைவியிடம் சொல்ல, அவள் மூன்று பங்குகள் போட்டாள்.

இதைப் பார்த்த முதல் மனைவி, 'நான் பிரித்துத் தருகிறேன்' என்று சொல்லி இப்படிப் பிரித்தளித்தாள். "இந்த ஒருபங்கு எஜமானருக்கு இரண்டாவதும் எஜமானருக்கே. நாளை காலையில் சோற்றுடன் சாப்பிட. மூன்றாவது பங்கு, மனைவியராகிய நம்மிருவருக்கும்."

'பங்கினைச் சரியாகப் பிரித்துள்ளாய், துரிதமாகவும் செய்துள்ளாய்' எனக் கணவன் சந்தோஷப்பட்டான்.

3. குட்டிக்கதை

குப்பைமேட்டில் சின்னக் கோழி சின்னச் சாவியைக் கண்டெடுத்தது. சின்னச் சேவல் சின்னப் பெட்டகத்தைக் கண்டெடுத்தது. அவை பெட்டகத்தைத் திறந்து, சிறிய சிவப்பான கம்பளி ரோமத்தை எடுத்தன. அச்சிறிய கம்பளி ரோமம் நீண்டதாயிருந்திருந்தால், இந்தக் கதையும் நீண்டதாயிருக்கும்.

குறிப்புகள்:

முதல் வாய்மொழிக் கதை 'வயதான ஜோவும் தச்சனும்' செவ்விந்தியர்களுடையது. வட அமெரிக்காவின் 'அப்பவாச்சியா' கலாச்சார மண்டலப் பகுதிகளில் மக்கள் வழக்கிலுள்ளது. இருவரிடையிலான விரோதத்தை ஒரு கலைஞன் அநாயசமாகத் தீர்த்துவிடுவதைச் சொற்பமான சொற்களில் சொல்லிவிடுகிறது.

இரண்டாவது கதை மடகிரங்கர் தீவைச் சேர்ந்தது. 14 மில்லியன் மக்கள் மலகாசி மொழிபேசும் தேசம் அது. இம்மக்களின் நாகரிகக் கூறுகள் பண்மைத்துவ அடிப்படை கொண்டவை. தென்னிந்தியா, கிழக்கு ஆப்பிரிக்கா, அரபு-பாரசீக நாகரிகங்களின் அம்சங்கள் சேர்ந்தவை.

இந்தியப்பெருங்கடலைச் சூழ்ந்துள்ள நாடுகளனைத்தும் அநேகமாகத்தம் காலடித்தடங்களை இங்கே விட்டுச் சென்றுள்ளன. 'உலகியல் உத்திகள், சொற்கோவை, குடும்பம், அரசியலமைப்புகள், மதக் கருத்தமைவுகளில் இவற்றைக் காண முடியும்' என்கிறார் வரலாற்றாளர் ஒருவர். இப்பண்பாடு, கதைகளை இருவகையாகப் பிரிக்கின்றது. உண்மைக்கதைகளை tan- tara என்றும் புனைவுகளை tafsiry என்றும்.

இரு மனைவியரை ஓர் ஆண் இயல்பாக வைத்துக்கொள்வதும், உணவில் இரு பங்குகளைக் கோருவதுமான ஆணின் ஆதிக்கத்தைப் பகடி செய்யும் இக்கதை நல்ல புனைவும் கொண்டுள்ளது.

மூன்றாவது கதை, கிரிம் சகோதரர்கள் தொகுத்த தேவதைக் கதைகளில் இறுதிக் கதையாகும். கதையில்லாமலேயே கதை சொல்ல வேண்டும், அதுவும் புதிர்த் தன்மையும் வேடிக்கை அம்சமும் கொண்டிருக்க வேண்டும் என்பது நவீன இலக்கியப் பரப்பில் எப்படி முக்கியத்துவம் பெறுகின்றதோ, அப்படியே வாய்மொழி இலக்கியப்பரப்பிலும் இருப்பதை இக்கதையில் காணமுடிகிறது.

1. செவ்விந்தியரின் கதை: – இணையதளச் சேகரத்திலிருந்து.
2. மடகாங்கர் கதை: Indian Ocean Folktales / Lee Haring / National Folklore Support Centre, India, 2002.
3. கிரிம் சகோதரர்கள் தொகுப்புக்கதை: The Complete Fairy Tales of the Brothers Grimm / Tr.by Jack Zipes / Bantam Books, 1992 (Reprint)..

பிரெஞ்சு தேவதைக் கதை

அழகியும் மிருகமும்

முன்னொரு காலத்திலே தொலைதூர தேசமொன்றிலே வணிகர் ஒருவர் வாழ்ந்து வந்தார். அவர் தொட்டது துலங்கிற்று. செல்வந்தர் ஆனார். அவருக்கு ஆறு மகன்களும், ஆறு மகள்களும் இருந்தனர். இந்நிலையில் கெடுவாய்ப்பால் அவர் வீடு எரிந்துபோனது. கப்பல் மூலம் நடந்த வியாபாரம் நொடித்தது. திருடர்களும் தீயும் காரணமாயிருந்தனர். கப்பல் கவிழ்ந்தும் இழப்பு. கடைசியில் வறுமை நிலைக்குத் தள்ளப்பட்டு, நகரிலிருந்து ஆளரவமற்ற இடம் ஒன்றில் இருண்ட சூழலில் வாழ்ந்து வரலாயினர்.

இப்போது ஆறுதலாகச் செய்தி வருகின்றது. இரண்டு வருடங்களுக்கு முன் மூழ்கிவிட்டதாகக் கூறப்பட்ட கப்பல், சரக்குடன் துறைமுகத்திற்குத் திரும்பிவிட்டது என. நம்பிக்கைகள் மீண்ட தந்தை, தன் பிள்ளைகளிடம் என்ன வாங்கி வர வேண்டும் என்று கேட்கிறார். துணிமணிகள், ஆடை அணிகலன்கள், கைவினைப்பொருட்கள் என ஒவ்வொருவரும் பட்டியலிடுகின்றனர். ஆறாவது மகள் அழகி, "நான் இதுவரையிலும் பார்த்திராத ரோஜா மலரைக் கொண்டு வந்தால் போதும்". என்கிறாள். தந்தைக்கு ஆச்சரியமாக இருக்கிறது.

அனைவரும் நம்பிக்கையிழந்த போதும், உற்சாகத்துடன் இருந்து வருபவள் அழகி மட்டுமே. புத்திசாலியும்கூட. சீக்கிரமே நல்ல நிலைக்கு வந்துவிடுவோம் எனத் தன் குடும்பத்தினருக்கு ஆறுதல் தந்து வருபவள்.

துறைமுகத்திற்குத் திரும்பி வரும் வியாபாரிக்கு ஏமாற்றமே காத்திருந்தது. அவருடன் வணிகம் செய்துவந்த சகாக்கள் அவர் இல்லாததைப் பயன்படுத்தி சரக்குகளை விற்று ஆதாயம் பெற்றிருந்தனர். கப்பல் – காலியாயிருந்தது. வேறுவழியின்றி வீட்டுக்குப் புறப்படுகிறார். குளிரில் காட்டு வழியில் நடந்து வருகிறார். இரவு நெருங்கிவிடுகிறது. ஒரு மரப்பொந்தில் சுருண்டுகிடந்து காலையில் மீண்டும் பனி கொட்டிக் கிடக்கும் பாதையில் தட்டுத்தடுமாறி அரண்மனை போன்ற மாளிகையை வந்தடைகிறார். "யாருமில்லை. ஆனால் ஆபரணங்களும் மாணிக்கங்களுமாக அணிகலன்களுமாக நிறைந்துகிடக்கின்றன. ஒரு மேசையில் சுவையான உணவு தயாராயிருக்கிறது. பசி தீர சாப்பிடுகிறார். அங்குள்ள தோட்டத்தில் சுற்றி வருகையில் வேலியோரமாய் அபூர்வமான ரோஜா மலர் தென்படுகிறது. தன் மகள் கேட்டிருந்த ரோஜா மலர் அங்கிருந்தது. ஒன்றைப் பறித்தெடுக்கையில் பயங்கரமான மிருகம், "என் மாளிகையில் தங்க வைத்து உன் பசியைப் போக்கி ஆறுதல் தந்ததற்கு நீ காட்டும் நன்றிக் கடன் இதுதானா?" எனச் சீறுகின்றது.

கலவரமடைந்துவிடும் வியாபாரி தன்னை மன்னிக்குமாறு மன்றாடுகிறார். தன் கதையையும், கூறுகிறார். "இவ்வளவு சிரமமான நிலையிலும் விலையுயர்ந்த பொருட்களில் என் கவனம் விழவில்லை. எனது கடைசிப்பெண் கேட்ட ரோஜா மலரையாவது எடுத்துச் செல்லலாம் என்றுதான் இம்மலரைப் பறித்தேன். மற்றபடி உனக்குத் தீங்கு செய்யும் நோக்கமில்லை"

"எது எப்படியோ தண்டனை உறுதி. நீ என்னிடம் மடிந்தாக வேண்டும். தப்புவதற்கு ஒரேவழி. உன் மகள்களில் ஒருத்தியை என்னிடம் அனுப்ப வேண்டும். இல்லாது போனால் நானே வந்து கவர்ந்து கொள்வேன்"

வீடு திரும்பி, ஆறாவது மகளிடம் ரோஜாவைத் தந்துவிட்டு, வியாபாரத்தில் வந்த ஏமாற்றத்தையும் பயங்கர மிருகத்தைப் பார்த்ததையும் விவரிக்கிறார் தந்தை. ஆறு பெண்களில் யாரும் முன்வர தயாராயில்லை, ஆறாவது மகளைத் தவிர. "என்னால் தானே நீங்கள் ரோஜா மலரைப் பறிக்க நேர்ந்தது. நானே போகிறேன். நான் தயார்" எனப் பிரச்சனைக்குத் தீர்வு வரும்படி முடிவெடுக்கின்றாள்.

குறித்த நாளில் மிருகம் அனுப்பியிருந்த குதிரையில் தந்தையும் அழகியும் புறப்படுகின்றனர். இருள் கவிழ்ந்தாலும் நாலாதிசைகளிலும் வன்மையான விளக்குகள் ஒளிர்கின்றன. வானவேடிக்கைகள் அமர்க்களப்படுத்துகின்றன. இனிய இசையுடன் பிரகாசமாயுள்ள மாளிகையை அடைந்ததும் "தன்னுடைய இரை வந்துவிட்டதைக் கண்டு மிருகம் குதூகலப்படுகிறதோ என்னவோ?" என்கிறாள் அழகி. மனதில் பதற்றம் இருப்பினும்.

இருவரையும் வரவேற்கும் மிருகம், அழகியிடம், "நீ விரும்பி வந்திருக்கின்றாயா? உனது அப்பா சென்றதும் இங்கிருக்க உனக்குச் சம்மதமா?" என்று கேட்கிறது. சம்மதத்தைத் தெரிவிக்கின்றாள் அழகி.

"நாளை மாலை வேளையில் நீ குதிரையில் புறப்படலாம். மணி அடித்ததும் கிளம்பத் தயாராக இருக்க வேண்டும். பின்னர் இங்கே திரும்பி வரக்கூடாது என வியாபாரியிடம் மிருகம் தெரிவிக்கின்றன்து.

"மாளிகையின் அறைகளில் இரு பெட்டிகள் இருக்கின்றன. அவை கொள்ளுமட்டும் ஆபரணங்களாலும் துணிமணிகளாலும் நிரப்பித் தந்தையிடம் தந்து அனுப்பி வை" என அழகியிடம் கூறிவிட்டுப் போய்விடுகிறது மிருகம்.

ஆசைதீர பெட்டிகளில் நிரப்புகிறாள். எவ்வளவு வைத்தாலும் நிறையாமல் இடம் கொடுத்துக்கொண்டே இருக்கின்றன. அவர்களுக்கே அலுப்பு உண்டாகும் அளவுக்கு நிரப்பி ஓய்கின்றனர். ஒரு வழியாக இரு பெட்டிகளுடன் புறப்பட்டுவிடுகிறார் அழகியின் தந்தை.

தந்தை சென்ற பிறகு அசதியில் தூங்கிவிடுகிறாள். ஒரு கனவு. நீரோடையில் ஒரு பக்கம் அழகிய தோற்றமும் இனிய குரலும் வாய்க்கப்பெற்ற ஓர் இளவரசன் தோன்றுகிறான். "நீ நினைப்பது போல நீயொன்றும் பரிதாபத்திற்குரியவள் இல்லை. இதுவரையிலும் நீ அவதிப்பட்டதற்கு விடிவுகாலம் வரும். சந்தோஷமாயிருப்பாய். நான் யார் என்று மட்டும் கண்டுபிடி. எந்த உருவத்தில் இருந்தாலும் உன்னை நான் நேசிக்கிறேன். என்னை மகிழ்ச்சியுற வைத்தால் நீ மகிழ்வாய். நீ

அழகியாயிருக்கும் அளவுக்கு உண்மையாயும் இருந்துவிடு. எந்தக் குறையும் இல்லாமல் நாம் வாழலாம்" என்கிறான் இளவரசன்.

"அதற்கு நான் என்ன செய்ய வேண்டும்?" "நன்றி கொண்டிருந்தால் போதும். கண்களால் பார்ப்பதை அப்படியே நம்பி விடாதே. என்னைக் கொடுமையிலிருந்து விடுவிக்கும் மட்டும் கைவிட்டுவிடாதே"

மறுநாள் மாளிகையிலுள்ள பெண் ஒருத்தி, "வருந்தாதே. உனக்கு நல்ல வாழ்க்கை விதிக்கப்பட்டுள்ளது. தோற்றங்களை வைத்துமட்டும் நம்பி விடாதே" என்று கூறிச்செல்கிறாள்.

ஓர் அறையில் கனவில் வந்த இளவரசனின் உருவம் பதித்த கைக்கோப்பையைப் பார்த்து அதிசயிக்கிறாள். இன்னோர் அறையில் அந்த இளவரசனின் ஆளுயர உருவப்படம். இந்நிலையில் மிருகம் வந்து அழகியிடம் கேட்கிறது. "அழகியே என்னை நேசிக்கிறாயா?"

"இல்லை"

"நல்லது" என்று கூறிவிட்டுப் போய்விடுகிறது மிருகம்.

அடுத்து ஓர் கனவு. அதே இளவரசன் வருகிறான். "என்னிடம் ஏன் அன்பில்லாது இருக்கிறாய்? நீண்ட காலம் மகிழ்ச்சியின்றி இருக்கவே விதிக்கப்பட்டிருக்கிறேன் போலும்!" என்று கேட்கிறான்.

காலையில் அங்கிருந்த உருவப்படத்தைத் திரும்பவும் பார்த்து அது கனவில் வந்த இளவரசனாகவே இருப்பதை உறுதிப்படுத்திக்கொள்கிறாள். ஒவ்வோர் இரவிலும் அழகியிடம் வரும் மிருகம், "என்னை மணந்து கொள்வாயா?" என்று கேட்கும். முடியாது என்று அழகி கூறிவிடுவாள்.

ஒருநாள் சற்று வருத்தத்துடன் இருக்கும் அழகியிடம் காரணம் என்னவென்று மிருகம் வினவுகிறது தன் மீது வெறுப்பா என்று.

"இல்லையில்லை. என் அப்பாவைப் பார்த்து வர வேண்டும். இரண்டு மாதங்களில் திரும்பிவிடுவேன். எஞ்சிய ஆயுளெல்லாம் இங்கேயே இருப்பேன்"

சா. தேவதாஸ் ● 47

“நீ கேட்கும் எதனையும் என்னால் நிராகரிக்க இயலாது. இந்தப் பெட்டிகளில் நீ விரும்பியதையெல்லாம் எடுத்துப்போ. இரண்டு மாதம் முடிந்ததும் நீ வராது போனால் உனக்கு விசுவாசமாயுள்ள மிருகம் இறந்துவிடும். போய் வா” என்று கூறுகிறது. அன்றைய கனவில் வரும் இளவரசன், மிகச் சோர்ந்தும் கவலையுடனும் இருக்கின்றான். கவலைக்குக் காரணம் என்னவென்று அழகி கேட்கிறாள்.

“உனக்குத் தெரியாதா? என்னைச் சாகுமாறு விட்டுவிட்டு நீதான் கிளம்புகின்றாயே!”

“நான் நிரந்தரமாய் போகவில்லை. பயப்பட வேண்டாம். நான் பாதுகாப்பாயும் மகிழ்ச்சியாயும் இருக்கின்றேன் தந்தையைப் பார்த்து வரவே கிளம்புகிறேன். நிச்சயம் திரும்பிவிடுவேன். நான் போய்வரவில்லை என்றால் வேதனையில் அவர் மடிந்து விடுவார். மற்றும் இவ்வளவு அன்பு காட்டும் மிருகத்திடம் நிச்சயம் நன்றி பாராட்டுவேன். வேதனையிலிருந்து அதனை விடுவித்திட நான் இறக்கவும் ஆயத்தமாயிருக்கிறேன்” என்று குறிப்பிட்டுவிட்டு அழகி தந்தையையும் சகோதர சகோதரியரையும் பார்த்துவரப் போகிறாள். அனைவரும் சந்தோஷப்பட்டாலும் சீக்கிரமே அவள் திரும்ப வேண்டி இருப்பது கண்டு உள்ளூரத் துயரமடைகின்றனர். அப்போது தனது கனவுகளைப் பற்றித் தந்தையிடம் விவரித்துவிட்டு, “விசித்திரமான அக்கனவுகளுக்கு பொருள் என்ன? தோற்றங்களை நம்ப வேண்டாம் என இளவரசன் சதா தன்னிடம் மன்றாடுவது ஏன்?” என்று கேட்கிறாள் அழகி.

“பயங்கரமான மிருகம் உன்னிடம் இதமாயும் நேசத்துடன் நடந்துகொள்கிறது. அது விரும்புவதுபோல அதற்கு நீ வெகுமதி செய்ய வேண்டும் என இளவரசன் கூறுகின்றான் என்று எண்ணுகிறேன்”

இளமையும் அழகுமுள்ள இளவரசன் கூறுவது சரியாயிருக்கலாம் என்றாலும் அருவருப்பான மிருகத்தை மணமுடிப்பது எப்படி? என்று குழப்பமான மனதுடன் யோசித்துக்கொண்டிருந்த ஒரு நாளில், வருத்தந் தரும்படியாக ஒரு கனவு.

அரண்மனைத் தோட்டத்தில் அவள் தனியே உலவிக்கொண்டிருக்கையில், ஒரு குகை முன்னர் முனகியபடி இறந்துகிடப்பதுபோல மிருகம் தெரிகின்றது. பதற்றத்துடன் நெருங்கி வரும் அழகியிடம், "வாக்குறுதியை நிறைவேற்றாது போனால் என்னாகும்? இப்படித்தான் நடக்கும். ஒருநாள் தாமதித்தால்கூட மிருகம் இறந்துவிடும்" என்கிறாள் ஒரு சீமாட்டி.

மறுநாள் மாலையே மாளிகைக்கு வந்துவிடுகிறாள். மிருகத்தை எதிர்பார்த்து காத்திருக்கிறாள். வரவில்லை என்பதால் தேடிப்போகிறாள். கனவில் வந்தது போன்ற ஒரு குகை முன்பு, சலனமின்றி மிருகம் கிடக்கின்றது. இறந்து விட்டதோ என்று பயந்தாலும் சுவாசம் இருப்பதை அறிந்து சிறிது ஆசுவாசமடைகிறாள். நீரூற்றிலிருந்து நீர் அள்ளி அதன் முகத்தில் தெளிக்கிறாள். இப்போது நம்பிக்கை பிறக்கிறது. "எப்படி என்னை பதற்றப்பட வைத்துவிட்டாய்! இதுவரையும் உன்னை எப்படி நேசித்துள்ளேன் என்பது எனக்கே தெரியாது. உன்னைக் காப்பாற்ற முடியாது தாமதமாகிவிட்டதே என்று நான் கலவரமுற்ற இத்தருணம் வரையும்" என்கிறாள்.

"உனது வாக்குறுதியை நீ நிறைவேற்றவில்லை என்று நான் நினைக்கவே இறந்துகொண்டிருந்தேன். இவ்வளவு அருவருப்பான மிருகத்தை உன்னால் நேசிக்க இயலுமா? நீ ஓய்வெடு. திரும்ப வந்து பார்ப்பேன்" என்கிறது மிருகம். மிருகத்தின் இதமான வார்த்தைகளில் ஆறுதல் கொண்ட அழகி, மாளிகைக்குச் சென்று உணவருந்தி ஓய்வெடுத்துக் கொண்டிருந்த வேளையில் மிருகம் வந்து, அழகி மற்றும் அவள் குடும்பத்தினர் பற்றியெல்லாம் நலம் விசாரிக்கிறது. விசாரித்து முடிக்கையில், முன்போலவே என்னை மணம் செய்துகொள்வாயா? என்று கேட்கிறது. சரி பிரியமான மிருகமே என்கிறாள் அழகி.

அப்போது சாளரங்களின் மீது ஒளிக்கீற்றுகள் வீசுகின்றன, வானவேடிக்கைகள் அதிர்கின்றன. துப்பாக்கி முழக்கங்கள் காதுகளைத் துளைக்கின்றன. இளவரசனும் மணப்பெண்ணும் நீடுழி வாழ்க என்னும் வாசகம் பளிச்சிடுகிறது, இதெல்லாம் என்ன என்று அழகியின் வியப்பு அடங்குவதற்குள் மிருகம் இருந்த இடத்தில் இளவரசன் நிற்கிறான். தேர்ச்சக்கரங்களின்

சப்தம் அடங்கு முன்பு இரு பெண்டிர் வந்து நிற்கின்றனர். அவ்விருவரில் ஒருத்தி அழகியின் கனவில் வந்திருந்த சீமாட்டி, "அரசியே இளவரசனைக் கொடிய சாபத்திலிருந்து மீட்டிருப்பது இந்த அழகியே. இருவரும் நேசிக்கின்றனர், இவர்கள் திருமணத்திற்கு தங்களது சம்மதமே தேவை" என்கிறாள் அச்சீமாட்டி, இருவருக்கும் திருமணம் முடிந்து நீண்ட காலம் மகிழ்வுடன் வாழ்ந்து வருகின்றனர்.

குறிப்புகள்:

இது ஒரு தேவதைக் கதை என்றாலும் வழக்கமமான வாய்மொழிக் கதை மரபிலிருந்து வந்ததில்லை. இதனை எழுதியிருப்பவர் பிரெஞ்சு நாவலாசிரியை காப்ரியெல்லா சூஸன் பர்போ தெ வில்லெனுவா (1685–1755). ஹான்ஸ் கிறிஸ்டியன் – ஆண்டர்சன் போல, தனியொருவரின் எழுத்தாக உருவாக்கப்பட்டிருப்பது இக்கதை. Cupid and psyche, The Golden Ass, The Pig King போன்ற வாய்மொழிக் கதைகளின் தாக்கத்தில் எழுதப்பட்டுள்ளது. இவ்வசீகரக் கதையின் செல்வாக்கால், ரஷியாவில், செர்ஜி அக்சகோவால் புனையப்பட்டது The scarlet Flower (The little Red Flower என்றும் கூறப்படும்) என்னும் தேவதைக் கதை.

கதையில் இடம்பெறும் யாருக்கும் குறிப்பான பெயர்களில்லை. பிரதான பாத்திரங்கள் கூட அழகி மிருகம் என்றே அழைக்கப்படும். இக்கதையின் தோற்ற மூலங்கள் சுமார் 4000 ஆண்டுகளுக்கு முன்னர் இருக்கலாம் என்பது லிஸ்பன், துர்ஹாம் பல்கலைக்கழகங்களின் ஆய்வு.

மழையில் நனைந்து கொண்டிருந்த ஒரு தேவதைக்கு அரண்மனையில் இடம் தராததால் இளவரசன் கொடிய விலங்காக சபிக்கப்பட்டான் என்பது இத்தேவதைக் கதை யிலுள்ள மிருகத்தின் பூர்வசரிதம் என்பது சில வாய்மொழிக் கதைகளில் குறிப்பிடப்பட்டுள்ளது. 18ஆம் நூற்றாண்டு பிரான்ஸில் யுவதியரை பெற்றோர் பார்த்து நடத்தி, வைக்கும் திருமணத்திற்கு ஆயத்தப்படுத்துவதே இத்தகைய தேவதைக் கதைகளின் உத்தேசம் என்கிறார் தத்தார் என்னும் ஆய்வாளர். புகழ்பெற்ற பிரெஞ்சு இயக்குனர் ழீன் காக்து 1946இல் இக்கதையை வசீகரிக்கும் திரைப்படக் காவியமாக ஆக்கியுள்ளார்.

மாயத்தன்மை நிறைந்த திரைப்படமாகப் பாராட்டப்பட்டு வருவது. மகிழ்ச்சியற்ற குழந்தைப்பருவமுடைய யாரும் மிருகமாகவே வளரக்கூடும் என்பது காத்துவின் வாசிப்பாய் இருந்தது. ஒரு கலைஞனின் கவிதாபூர்வ திரைப்படம் என்பது இப்படத்திலுள்ள முத்தாய்ப்பு விமர்சனம். திருமணம் முடிந்த ஆறாவது மாதத்திலேயே கணவரிடம் விவாகரத்துக் கோரி பிரிந்து வாழ்ந்து வந்த காப்ரியெல்லா சூஸன் *24* ஆண்டுகளுக்குப் பிறகே, கிரெபில்லான் என்னும் நாடகாசிரியரைச் சந்தித்து அவருடன் இறுதிவரை வாழ்ந்து வந்தார். இந்த வாழ்க்கை வரலாற்றுக் குறிப்பு, அவர் இத்தேவதைக் கதையை எழுதியதற்கான பின்புலத்தைச் சுட்டுவதாக இருக்கக் கூடும். காத்துவின் வாசிப்பில் ஆணின் தனிமை சொல்லப்பட்ட கதாசிரியரின் வாழ்க்கையில் ‘பெண்ணின் தனிமை நிழலாகும். ஜெர்மனியின் வாய்மொழிக் கதைகள் தொகுப்பான கிரிம் சகோதரர்களது சேகரிப்பிலுள்ள The Singing Springing இத்தேவதைக் கதையை ஒத்திருக்கும்.

ஸெஸல்லஸ் தீவுகளின் வாய்மொழி கதை

டி ஜேனும் பெரிய மருத்துவரும்

ஒரேயொரு மகனுடன் தாயொருத்தி இருந்தாள். அவனது பெயர் டி ஜேன். அவனொரு சோம்பேறி, எப்போதும் படுத்தே கிடந்தான். ஒருநாள் பெரிய டாக்டர் அத்தாயின் வீட்டுப் பக்கம் வந்தார். ஒன்றும் செய்யாதிருந்த இந்தப் பையனைப் பார்த்தார். "இவனை என்னிடம் அனுப்புங்கள் அத்தை, நான் பார்த்துக்கொள்கிறேன். எனக்காக வேலை செய்வான், உங்கள் சாப்பாட்டுப் பிரச்சனைக்கு உதவும்" என்று அத்தாயிடம் சொன்னார்.

"எனக்கு ஒரு மகன்தானே, அவனையும் உங்களிடம் அனுப்பிவிடுவதா?"

"என்னுடன் அனுப்புங்கள்" என்று டாக்டர் வற்புறுத்தவே, அவருடன் அனுப்பி வைத்தாள் மகனை. டாக்டரின் வீட்டுக்குச் சென்றவன், "என்னால் எழுதப் படிக்கத் தெரியாது, வேறெதுவும் செய்யத் தெரியாது" என்றான். சின்னச்சின்ன வேலைகள் செய்யச் சொன்னார். அவன் செய்தான். ஒரு நோட்டுப் புத்தகம் தந்து எழுது என்றார். கிறுக்கினான்.

தன் வீட்டைக் கவனித்துக்கொள்ளுமாறு கூறினார். இவன் தன் புத்தகங்களைப் பார்த்தாலும் வாசிக்க முடியாது. எப்படி வாசிப்பது என்று தெரியாது எனத் தனக்குத்தானே சொல்லிக் கொண்டார். ஆனால் டி ஜேனுக்கு வாசிக்கத் தெரிந்திருந்தது. டாக்டர் வெளியேறியதும், அலமாரியை திறந்த அவன், ஒரு புத்தகத்தை எடுத்து வாசித்தான். இப்போது அவனுக்கு

டாக்டரின் முழு வாழ்க்கையும் தெரியும். அப்பெரிய டாக்டரின் மனம் அவனுக்குத் தெரிய வந்ததும், அவன் புறப்பட்டுத் தாயிடம் சேர்ந்து விட்டான்.

வீடு திரும்பிய டாக்டர், யாரோ ஒருவன் புத்தகங்களை வாசித்து, தன் வாழ்க்கையை அறிந்துகொண்டதை கவனித்துவிட்டார். இந்தப் பையன் தன்னால் வாசிக்க இயலாது என்று நினைக்கவைத்துவிட்டான். கிறுக்கினான். அவனொரு கேடிதான் என்று சொல்லிக்கொண்டார். இதற்கிடையே வீட்டுக்கு வந்து சேர்ந்திருந்த டி ஜேன் "அம்மா நீ ஏழைதான், ஆனால் என் உயிரை விற்கக் கூடாது" என்று தெரிவித்தான். சரியென ஒத்துக் கொண்டார். "நாளை காலையில் விடிந்ததும் வெளியே கவனித்துப் பார். அழகாய்க் கடிவாளமிட்ட அற்புதமான குதிரை நிற்கும். அதைச் சந்தைக்கு இட்டுச் சென்று விற்றுவிடு. குதிரையை மட்டும்தான் விற்க வேண்டும், கடிவாளத்தை விற்றுவிடாதே. புரிகிறதா? கடிவாளத்தை விற்றால் என்னை விற்பது போலாகிவிடும். குதிரையை வாங்குபவர் வேறொரு கடிவாளத்தை வாங்கிக்கொள்ளட்டும். பெரிய டாக்டரும் அங்கு வருவார். கடிவாளத்தை வாங்கிவிட எவ்வளவு தொகையும் தரத் தயார் என்பார். நீ கவனமாய் இரு" என்று தாயிடம் தெரிவித்தான். அவள் சரியென்றாள். அன்றிரவு இருவரும் தூங்கிவிட்டனர்.

விடிந்ததும் வீட்டுக்கு முன் அதிசயமான குதிரை அபூர்வமான கடிவாளத்துடன் நின்றதைப் பார்த்து அவனது அம்மா வியப்படைந்தாள். அதைச் சந்தைக்குக் கொண்டுசென்றாள். அவளுக்கு முன் பெரிய டாக்டர் வந்து தயாராக இருந்தார். மன்னர் உட்பட ஏராளமானோர் ஏலம் கேட்டனர். மன்னரை விடவும் அதிக தொகைக்குக் கேட்ட டாக்டருக்கே குதிரை கிடைத்தது. குதிரை மட்டுமே உங்களுக்குக் கடிவாளமில்லை. அதனை நான் விற்கமாட்டேன். இன்னொன்றை வாங்கிக் கொள்ளுங்கள் என்று தெளிவுபடக் கூறிவிட்டாள்.

டாக்டர் அவளுக்குச் சிறிது மதுவாங்கித் தந்து குடிக்க வைத்தார். அப்போதும் அவள் விற்கத் தயாராக இல்லை. இன்னும் கொஞ்சம் குடிக்க வைத்தார். போதை ஏறிவிட்டது. அத்துடன் கொஞ்சம் பணமும் தரவே, கடிவாளத்தை

டாக்டரிடம் தந்துவிட்டாள். சட்டென்று குதிரையிலேறி வீட்டுக்குப் பறந்துவிட்டார். பெரிய டாக்டரின் மனதைப் புரிந்துகொண்டிருந்த டி ஜேன் அவரைவிட நான்கு மடங்கு துரிதமாய்ச் சென்று அரண்மனையில் சேர்ந்துவிட்டான். மன்னர் சுகவீனமடையுமாறு செய்தான். உடனே பெரிய டாக்டர் வரவழைக்கப்பட்டார். "மன்னருக்குச் சுகமில்லை. காய்ச்சல் வந்துள்ளது. சரி செய்யுங்கள்" என மன்னரின் மகள் வேண்டிக் கொண்டாள். தயாராயிருக்கிறேன். ஆனால் பார்த்து முடிக்கும் வரை என் குதிரையைப் பார்த்துக்கொள்வது யார்?" என்று அவர் தயங்க ஒரு பையன் இருக்கிறான் பார்த்துக்கொள்வான் என்று இளவரசி. தெரிவித்தார். உடனே ஒரு பையன் வந்து குதிரையைப் பிடித்துக்கொண்டான். "குதிரைக்குத் தாகம் குளத்தில் நீர் அருந்த கூட்டிப் போ, கவனம்" என்றார். டாக்டர். மருத்துவர் அரண்மனைக்குள் நுழைந்த மாத்திரத்தில் குதிரை அவனது பிடியிலிருந்து தப்பி குளத்திற்குச் சென்றுவிட்டது. டாக்டர் கூச்சலிட்டார். "குதிரையை விட்டுவிட்டீர்களே அது தரையிலிருந்து தண்ணீருக்குள் போய்க்கொண்டிருக்கிறது".

குதிரை மாயமாகிவிட்டது. குளத்தோரம்வரை டாக்டர் சென்று பார்த்தார். குளத்தில் இரு தவளைகள் இருந்ததை மனக்கண்ணால் பார்த்தார். அவற்றைப் பிடித்திட வாத்தாக மாறினார். உடனே அத்தவளைகள் தரைக்குத் தாவின. தரைக்கு வந்த மாத்திரத்தில் இரு புறாவாகிவிட்டன. புறாக்கள் பறந்து போயின.

பெரிய டாக்டர் கழுகாக மாறினார். டி ஜேனைத் துரத்தினார். புறாக்களான டி ஜேன் தன்னைப் பிடிக்க டாக்டர் கழுகு வருவதை உணர்ந்து கொண்டான். ஓர் அரண்மனையின் ஏழாம் தளச் சாளரத்தில் வந்து அமர்ந்தான். சட்டென்று மூன்று வெள்ளி மோதிரங்களாக உருமாறினான். அங்கிருந்த யுவதி அவற்றைத் தன் விரல்களில் போட்டுக் கொண்டாள்.

மோதிரங்களாகிவிட்ட டி ஜேனை எப்படிப் பிடிப்பது என்று யோசித்த டாக்டர், மன்னனுக்கு புண் வரும்படி செய்து, அதைச் சரி செய்ய அரண்மனை சென்றார். ஒரு நிமிடத்தில் குணப்படுத்திவிட்டார். சொத்தில் பாதியைத் தருவதாக மன்னர் முன் வந்தார். சொத்து தேவையில்லை. உன் மகளின்

மோதிரங்கள் மூன்று போதும் என்று சொன்ன மருத்துவரிடம் அது எளிதானது என்றார் மன்னர்.

என்ன செய்வதென்று யோசித்துக்கொண்டிருந்த மன்னரின் மகளிடம், டாக்டரை மறுநாள் காலையில் சாளரம் அருகே காத்திருக்கச் சொல். நீ ஏழாவது தளத்திலிருந்து போடு. மோதிரங்கள் டாக்டரின் கையில் பிடிபடாமல் தரையில் விழுமாறு போடு. அப்போது நான் தப்பிவிடுவேன் என்றான் டி ஜேன்.

அப்படியே டாக்டர் தயாராகக் காத்திருக்க மன்னரின் மகள், மோதிரங்கள் தரையில் விழுமாறு லாவகமாக எறிந்தாள். விழுந்த மாத்திரத்தில் அவை மூன்று மக்காச்சோள மணிகளா யின. டாக்டரும் உடனே அவற்றைக் கொத்தவரும் சேவலானார். இப்போது சோள மணிகள் ஆண் பூனையாகிவிட்டன. அது சேவலைப் பற்றித் தின்றுவிட்டது.

அப்படித்தான் நடந்தது. டி ஜேன் வென்றான். பெரிய டாக்டர் இறந்தார். பூனை டி ஜேன் ஆனது. டி ஜேன் மன்னரின் மகளை மணந்தான். குதிரையை விற்ற வயதான தன் தாயை அழைத்துவரச் சென்றான். பெரிய டாக்டரைவிடவும் புத்திசாலிதான் டி ஜேன்.

குறிப்புகள்:

செஸெல்லஸ் தீவுகள் பூமத்தியரேகைக்கு அருகில் இருப்பதால் அய்ரோப்பியரும் ஆப்பிரிக்கரும் மலக்காசியரும் இந்தியரும் வந்து போகும் மையமாகவும் அங்குள்ள தோட்டத்தொழில் பொருளாதாரம் சார்ந்து வாழ்ந்திட இடமளிப்பதாகவும் இருந்து வந்துள்ளன. இத்தீவுகளின் வாய்மொழிக் கதைகள் மிருகபலத்தை விடவும் மனவலிமையைப் போற்றுகின்றன. அதிகாரம் தவறாகப் பயன்படுத்தப்படுவதை நிந்திக்கின்றன; பெருமிதம், முட்டாள்தனத்தை விடவும் புத்திசாலித்தனத்தை உறுதிப்படுத்துபவை. பல்வேறான மொழிகள் மற்றும் இலக்கிய மரபுகளின் சங்கமத்தால் உருவாகியிருப்பவை.

பெரிய டாக்டர், வாய்மொழிக் கதைகளின்/ தேவதைக் கதைகளின் அரக்கன்/ பூத வடிவமே. சிறுவன் ஒருவனுக்கும் பெரிய மனிதருக்குமிடையே போட்டி. மடகாஸ்கர், ரியூனியன்

போன்ற தீவுகளில் வெவ்வேறு வடிவங்களில் வாய் மொழிக் கதைகளில் இடம்பெறுகின்றன. இக்கதையில் இடம் பெறும் கடிவாளக் கருத்திழை இந்தியா, அய்ரோப்பா மடகாஸ்கர் போன்ற நாடுகளின் வழக்காறுகளிலிருந்து வந்திருக்க வேண்டும் என லீ ஹேரிங் கருதுகிறார்.

இந்தியப் பெருங்கடலில் *115* தீவுக்கூட்டங்களாக உள்ள செஸெல்லஸ் எப்போதும் இவ்வெண்ணிக்கையை உறுதிபடக் கொண்டிருப்பதில்லை. தீடீரென்று ஒருசில தீவுகள் மறைவதும் சட்டென சில தீவுகள் தென்படுவதுமான புவியியல் சூழலைக் கொண்டிருக்கும். அழகான வெண்மணற் கடற்கரைகளும் பவளப்பாறைகளும் அரிய ஆமை இனங்களும் இத்தீவுக்கூட்டங்களுக்குப் பெருமை சேர்ப்பவை.

மராத்தியமொழிக் கதை

மகாலெட்சுமி

பரந்து விரிந்திருந்த நாடொன்றில் இரு மனைவியருடன் ஓர் அரசன் ஆண்டு வந்தான். அவனது அபிமானத்திற்குரிய ராணியாக பட்டமாதவராணியும் அவனுக்குப் பிடிக்காத ராணியாக சிமதேவராணியும் இருந்தனர். பயங்கர ஆற்றல்களையுடைய அரக்கன் நந்தபனேஸ்வர், மன்னனது பெரிய எதிரியாக விளங்கிவந்தான். கண் சிமிட்டும் வேளையில் ஆகாய உச்சிக்குப் போய்விடுவான், சமுத்திர ஆழத்தை எட்டிவிடுவான். அவனைப் பிடித்தாக வேண்டும் எப்படியேனும். ஒருநாள் காலையில் தன் குடிமக்கள் அனைவரிடமும் அந்த அரக்கனை உயிருடனோ, கொன்றோ தன் முன் நிறுத்த வேண்டும் என உத்தரவிட்டான்.

இந்த நாட்டின் ஒரு மூலையில் தன் வயதான தாயுடன் வாழ்ந்து வந்த இளைஞன் நவல்வாத் இதனைக் கேள்விப்பட்டதும், "கொஞ்சம் சாப்பாடு கட்டிக்கொடு, அரக்கனைத் தேடிப் போகிறேன்" என்றான். "அரசனின் உத்தரவை நிறைவேற்ற வேண்டும் தான். நாம் கவனமாயிருக்கவும் வேண்டும். பிறர் பரிகசிக்க இடம் தரலாகாது. மற்றவர்களுடன் சேர்ந்துவிடாமல் இருக்க வேண்டும்" என்று ஆலோசனை கூறி, சாப்பாட்டுப் பொட்டலத்துடன் அத்தாய் மகனை அனுப்பிவைத்தாள்.

மற்றவர்களெல்லாம் அரக்கன் பிடிபடவில்லை எனத் திரும்பிவிட, நவல்வாத் மட்டும் தேடிக்கொண்டிருந்தான். மரத்து உச்சியில் ஒரு நள்ளிரவு வேளையில் அவன் இருந்தபோது, அழகான தேவகன்னியரும் நாககன்னியருமான அணங்குகளைப் பார்த்தான். மணிக்கட்டுகளில் மஞ்சள் கயிறுகளைக் கட்டியிருந்த அவர்கள் ஒவ்வொருவரும் செப்புக்கலயம் வைத்திருந்தனர்.

சா. தேவதாஸ் ● 57

அவர்கள் மகாலெட்சுமியின் முகமூடியை ஒரு மரத்தில் பதித்து வழிப்பட்டனர். நறுமணப் புகை எழுப்பியும், மலர்களைத் தூவியும், ஆடியும், பூசித்தனர். இடப்புறமும் வலப்புறமும் அடியெடுத்து வைத்து, இங்குமங்கும் சென்று அம்பாளின் முகமூடியைத் தரிசித்தபடி இரவெல்லாம் ஆடினர்.

“ஏன் இப்படி ஆடிப்பாடுகின்றீர்கள்?” என நவல்வாத் வினவினான்.

“மகாலெட்சுமி தாயை மகிழ்விப்பதற்காக இவ்விரதம். அவளது அனுக்கிரகத்தை வேண்டி, வரம் கூடத் தருவாள். அவள் மனது வைத்தால் தொல்லை தருவோரை விரட்டிவிடலாம். காணாது போனவரை கண்டுவிடலாம். எதுவும் சாத்தியமாகும்” என்றாள் ஒரு தேவகன்னி. அவர்களுடன் சேர்ந்து நவல்வாத் பூசித்தான். அதிகாலையில் அம்பாள் தோன்றினாள்.

“மகனே, உனது மன்னனின் எதிரி, அரண்மனை முற்றத்தில் மடிந்துகிடப்பான். உனக்கு நாட்டில் பாதி வழங்கப்படும். அரண்மனைக்கு அருகே உனக்கொரு மாளிகை தரப்படும்” என்று கூறிவிட்டுத் தன் ஆலயத்திற்குச் (கோலாப்பூரில் உள்ளது.) சென்றாள்.

அன்று காலையில் வழக்கம்போல விழித்தெழுந்த ராணி, இதுவரை பயம் தந்துவந்த நந்தனேஸ்வரின் உடல் கிடந்ததைப் பார்த்து திகைப்பும் மகிழ்ச்சியும் கொண்டாள். செய்தியறிந்த மன்னனுக்கு அளவற்ற ஆனந்தம். அனால் அவ்வரக்கனைக் கொன்றது யாரென்று தெரியவில்லை. கடைசியில் தேடிச் சென்றவர்களில் இன்னும் திரும்பாதிருந்த நவல்வாத் அழைத்து வரப்பட்டான். “அரக்கனை எப்படிக் கொன்றாய்” என மன்னன் வினவினான். “நான் கொல்லவில்லை. இது தெய்வத்தின் அனுக்கிரகம்தான்” என்று ஆரம்பித்து நிகழ்ந்ததை எடுத்துரைத்தான். “அம்பாள் உன்னை எப்படி ஆசீர்வதித்தாள்” என்று மன்னன் கேட்க. ‘நாட்டில் பாதி எனக்கு வழங்கப்படும் அரண்மனைக்கு அருகே ஒரு மாளிகை தரப்படும்” என மகாலெட்சுமி ஆசீர்வதித்ததைக் குறிப்பிட்டான். மன்னன் அதனை நிறைவேற்றிவைக்க, நவல்வாத் ஆனந்தமாய் வாழ்ந்து வந்தான் தாயுடன்.

இதற்கிடையே மன்னனின் அபிமானத்திற்குரிய பட்டமாதவராணி, அம்பாளைத் தரிசிப்பதற்கான விரதத்தைப் பற்றி நவல்வாத்திடம் விசாரித்தாள். 'ஆவணி மாத அஷ்டமி நாளன்று இவ்விரதத்தைத் தொடங்க வேண்டும். மஞ்சள் தடவிய பதினாறிழை நூல் கயிற்றைக் கட்டிக்கொண்டு, பதினாறு அரிசி மணிகளைத் தூவ வேண்டும். பதினாறு முறை துளசிக்கு நீர் தெளிக்க வேண்டும்" என்றான் நவல்வாத்.

இப்படி நூலில் காப்புக்கட்டி அவள் விரதம் இருந்து வந்தது மன்னனுக்குப் பிடிக்கவில்லை. மாணிக்கங்கள் பதித்த தங்க வளையல்கள் இருக்க இதனை ஏன் கட்டிக் கொள்கிறாய்? என்று கண்டிக்க அவள் நூலை எறிந்துவிட்டு, தங்க வளையல்களைப் போட்டுக் கொண்டாள்.

இச்சமயத்தில் மன்னனுக்குப் பிடிக்காத சிமதேவராணியும் இவ்விரதத்தை மேற்கொள்ள விரும்பினாள், பட்டமாதவராணி போல இவளும் காப்புக் கயிறை எறிந்துவிட்டால் என்னாவது என்று நவல்வாத் தயங்கவே, தனது நேரிய எண்ணத்தை அவள் வெளிப்படுத்தினாள். நவல்வாத் அவளை விரதத்தில் ஈடுபடுத்தினான். விரதத்தின்போது மகாலெட்சுமி அம்பாள், வயதான பெண் வடிவில் பட்டமாதவராணி முன் தோன்றினாள். "இன்றைக்கு எதுவும் விசேடமா?" என்று வினவினாள்.

ஒன்றுமில்லை என்று ராணி கூறவும், "தாகத்திற்குத் தண்ணீர் கொடு. உன் நாட்டில் தண்ணீருக்குக் குறை இருக்காது. அல்லது கொஞ்சம் தயிர்சாதம் கொடு. உன் நாட்டில் தயிருக்கும் சாதத்திற்கும் குறைவிருக்காது" என்றாள் அம்பாள். "இவ்வளவுதானா, போய்விடு இங்கிருந்து" என்று திட்டுகிறாள் ராணி.

"உதவி வேண்டுவோரை நீ எப்படித் திருப்பி அனுப்புவாய் நீ சீக்கிரமே பாதி தவளையும் பாதி பெண்ணுமாக உருமாறி இன்னொரு ராணியின் குளியல் தொட்டியில் புகலிடம் கோருவாய்" எனச் சபித்துவிட்டாள் அம்பாள். அடுத்து இன்னொரு ராணியின் இருப்பிடத்திற்குச் சென்றாள் அம்பாள். மாவிலைத் தோரணங்கள், சாம்பிராணி வாசனை, பூசனை ஆகியவற்றைப் பார்த்து சந்தோஷத்துடன், "இன்றைக்கு என்ன விசேடம்" என்று கேட்டாள். "இன்றைக்கு மகாலெட்சுமி

அம்பாபாய் இங்கு வருகின்ற தினம்" என்று அந்த ராணி கூறவும், "நான்தான் அம்பாபாய்" என்றாள் வயதானவள். எப்படி நம்புவது என்ற தயக்கம் ராணிக்கு உடனே சிறுமியாகக் காட்சி தந்து, பகலில் வசீகரமிக்க பெண்ணாகி மாலையில் வயதானவளாகக் காட்சி தந்தாள் மகாலெட்சுமி. உண்மையிலேயே மகாலெட்சுமியின் தரிசனமே. நான் ஆசீர்வதிக்கப்பட்டேன் என்றாள் ராணி. உடனே மகாலெட்சுமிக்கு விருந்தளித்து உபசரிக்கிறாள். என்ன வரம் வேண்டும் என்று கேட்ட தெய்வத்திடம் எதுவும் வேண்டாம் என்கிறாள். மன்னன் இப்போது உன்னை பிரியத்துடன் வைத்துக்கொள்வான். பட்டமாதவராணி பாதித் தவளையாயும் பாதி பெண்ணாகவும் உருமாறி உன் குளியல் தொட்டியில் புகலிடம் கோருவாள் என்றது தெய்வம். அவளிடம், இவ்வளவு கடுமை காட்ட வேண்டாம் என்று வேண்டிக் கொண்டாள் சிமதேவராணி.

உன் வார்த்தை சரியானது. அவள் 12 ஆண்டுகள் நாட்டை விட்டு துரத்தப்பட்டிருப்பாள் என்று கூறிச் சென்றுவிட்டாள் மகாலெட்சுமி. இப்போது சிமதேவராணியிடம் பிரியம் கொண்ட மன்னன் ரதத்தில் ராணியை அமரவைத்து, நகரெல்லாம் வலம் வந்தான். தங்களுக்கு வரவேற்பு அளிக்க ஏற்பாடு செய்யுமாறு பட்டமாதவராணிக்குத் தெரிவித்தான். அவளோ அழுக்கான உடையில் சிடுசிடுப்புக் காட்டினாள். வரவேற்கவில்லை. ஆத்திரமிக்க மன்னன் அவளைக் காட்டுக்குத் துரத்தியடித்து, அங்கு தூக்கிலிட உத்தரவிட்டான். ஆனால் அந்த ராணியால் பலனடைந்த அரண்மனைச் சேவகர்கள், அவளைத் தூக்கிலிடாது காட்டில் திரியுமாறு விட்டுவிட்டனர். குயவர்களும் வளையல் வியாபாரிகளும் பொற்கொல்லர்களும் நெசவாளர்களும் அவளைச் சூனியக்காரியாக நினைத்து தவிர்த்தனர்.

12 ஆண்டுகள் கடந்து போயின. ஒரு துறவி அவளுக்கு நீதி நூல்களைக் கற்பித்தார். அவள் தவறுகளுக்கு வருந்தி, மகாலெட்சுமியின் பக்தை ஆனாள். ஒருநாள் அவள் தியானத்தில் ஆழ்ந்திருந்த வேளையில் தோன்றிய மகாலெட்சுமி, நிறைய தண்ணீர் எடுத்துவை என்று கூறி மறைந்து போனாள்.

மறுநாள் அக்காட்டுக்கு வேட்டையாட வந்த மன்னன், தாகம் தீர்க்க தண்ணீர் கொண்டு வருமாறு சேவகர்களை அனுப்பினான். பட்டமாதவராணி அதிகமாக தண்ணீர் வைத்திருந்ததை தெரிவிக்க, நேரில் அவளை அரண்மனைக்கு இட்டுச் சென்றான். அதிலிருந்து அவ்விரு மனைவியருடன் மன்னன் இணக்கமாக வாழ்ந்து வரலானான். பட்டமாதவராணியிடம் அதிருப்தி கொண்டது போல, மகாலெட்சுமி நம்மிடம் அதிருப்தி கொள்ளாதிருக்கட்டும். எப்போதும் முடிவுற்றிருந்தது போலவே கதையை இங்கே முடிப்போம்.

குறிப்புகள்:

1. நோன்புக் கதைகளில் ஒன்று இக்கதை. பெண்களால் தமக்குள் மேற்கொள்ளப்படுபவை. சடங்குகள் செய்யப்பட்டும் கதைகள் சொல்லப்பட்டும் சமயங்களில் பாடியபடியும் பின்பற்றப்படும். படிப்பறிவற்ற பழங்ககாலப் பெண்டிர் காலங்களிலிருந்து நவீனகாலம் வரையிலும் இடம்பெறுகின்றன.

2. தமிழ்நாட்டில் அவ்வையார் நோன்பு இவ்விரதக் கதைகளை நினைவூட்டும்.

3. மேற்கு வங்கத்திலுள்ள நோன்புக் கதைகள் தனித்துவமானவை. அவற்றில் பேசும் பாம்புகளும் மாயக்குளிகைகளும் அதிசயங்களும் இடம்பெறும். லட்சுமி, சஸ்தி, சண்டி. துர்கை போன்ற தெய்வங்களை வேண்டுவர். மாடமாளிகைகள், நகைநட்டுக்கள், பசுக்கள், குதிரைகள், யானைகளை யாசிப்பர். பிள்ளைகளுக்கு ஆரோக்கியமும் நீண்ட ஆயுளும் வேண்டும், அதிருஷ்டம் வர வேண்டும் என்றெல்லாம் பிரார்த்திப்பார்கள்.

4. இந்நாட்களில் விநோதமான பதார்த்தங்களைச் சமைத்து உண்டு, கதைகள் பேசி, பாடல்கள் பாடி பெண்கள் தமக்குள் சிறிய உலகையே உருவாக்கிக் கொள்வர். சதா சலிப்புற்ற உலகிலிருந்து விடுபடுவதான அனுபவம் பெறுவர்.

5. இக்கதைகளின் மொழி கரடுமுரடாயிருக்கும் பாடல்களாயிருந்தால் சந்தம் ஒழுங்கற்றிருக்கும் புராதனமாயிருக்கும்.

6. விதவைகளின் சோகம் ஆழ்ந்து இழையோடும்.

7. எனவேதான் வாய்மொழிக் கதைகளின் பிறப்பிடம் விதவை. முதலில் கதை சொன்னவள் பாட்டி. அதுவும் ஒரு விதவை என்கிறார் கோமல் கோத்தாரி.

8. மராத்தியில் விரதக் கதைகள் நீதிபோதனை இன்றி இருக்கும். 'Kahani' என்று மராத்தியில் வழங்கப்படும். இக்கதைகளைச் சொல்வோரும் கேட்போரும் நன்மை அடைவர் என்பது நம்பிக்கை. பொதுவாக பருவக்காற்று மழைக்காலங்களில் இவ்விரத நாட்கள் இடம்பெறும்.

ஆதாரம்: The Eye No.2 Vol II, 1993. .

இத்தாலி நாட்டு வாய்மொழிக் கதை

கிளி

ஒரு காலத்தில் வணிகன் ஒருவன் வணிகத்தின் பொருட்டு வெளியிடங்களுக்குச் செல்ல வேண்டியவனாயிருந்தான். ஆனால் தன் மகளை தனியே விட்டுச் செல்ல பயந்தான். ஏனெனில், ஒரு மன்னனுக்கு அவளை அடையும் எண்ணம் இருந்தது. "மகளே, நான் திரும்பும் மட்டும் கதவுக்கு வெளியே எட்டிப் பார்ப்பதில்லை அல்லது யாரையும் உள்ளே விடுவதில்லை என வாக்கு தந்தால் மட்டுமே புறப்படுவேன்" என்றான்.

அன்று காலையே அவளது சாளரத்திற்கு வெளியிலுள்ள மரத்தில் அழகிய கிளியொன்றைப் பார்த்திருந்தாள். நன்கு வளர்க்கப்பட்ட அக்கிளியுடன் பேசுவதில் ஆனந்தம் அடைந்தாள்.

"தந்தையே நான் வீட்டில் தனித்திருக்க வேண்டியதை எண்ணிப் பார்க்க என் நெஞ்சம் நொறுங்கிவிடும் போலிருக்கிறது. எனக்குத் தோழமையாகக் குறைந்தபட்சம் ஒரு கிளியாவது வேண்டாமா?"

தன் மகளுக்காகவே வாழ்ந்த தந்தை உடனே சென்று கிளியொன்றை வாங்கி வந்தான். மகளிடம் ஒப்படைத்ததும் புறப்பட்டுவிட்டான். தந்தை பார்வையிலிருந்து மறைந்த மாத்திரத்தில், அம்மன்னன் அவளை அடைய திட்டம் தீட்டத் தொடங்கினான். இதன்பொருட்டு வயதான பெண்ணை ஏற்பாடு செய்து, அவள் மூலம் கடிதம் தந்து அனுப்பினான். இதற்கிடையே, அக்கன்னிப்பெண் கிளியுடன் பேசிக்கொண்டிருந்தாள்.

"கிளியே என்னுடன் பேசு"

“உனக்கு நல்லதொரு கதை சொல்லுவேன். ஒரு காலத்தில் ஒரு மன்னனுக்கு மகள் ஒருத்தி இருந்தாள். அவள் ஓரேமகள். அவளுக்கு அக்கா தங்கைகளோ அண்ணன் தம்பிகளோ கிடையாது. விளையாட வேறு துணையும் இல்லை. எனவே, அவளது முகமும் அவள் உடுத்திய துணிமணிகளும் கொண்டுள்ள, அவளது உருவத்தை அப்படியே பெற்றிருக்கும் பொம்மையைச் செய்துகொடுத்தனர். அவள் சென்ற இடங்களுக்கெல்லாம் அதுவும் உடன் சென்றது. யாராலும் அவர்களைப் பிரித்துப் பார்க்க முடியவில்லை. ஒருநாள் மன்னரும் மகளும் பொம்மையும் வண்டியில் காட்டின் வழியே சென்றபோது, எதிரிகளால் தாக்கப்பட்டனர். மன்னரைக் கொன்றுவிட்டு, பொம்மையை வண்டியிலேயே விட்டுவிட்டு, மகளைத் தூக்கிச் சென்றனர். அவள் அழுது அரற்றவே, அவளை விட்டுவிட்டனர். அவள் காட்டில் அலைந்து திரிந்தாள். ஒருவழியாக ஓர்அரசியின் அரண்மனையை அடைந்து, அவளுக்கு வேலைக்காரியானாள். நல்லபடியாக அவள் நடந்து கொள்ளவே, அரசிக்குப் பிடித்துப்போ யிற்று. பொறாமை கொண்ட மற்ற வேலைக்காரர்கள், இவளை வெளியேற்ற சூது செய்தனர். “அரசிக்கு உன்னைப் பிடித்துள்ளது உனக்குத் தெரியும். உன்னிடம் எல்லாவற்றையும் கூறிவிடுகிறாள். ஆனால் நாங்கள் அறிந்து நீயறியாத ஒரு விஷயம் உண்டு. அரசிக்கொரு மகன் இருந்து இறந்துவிட்டான்” என்றனர். இதனையடுத்து வேலைக்காரி அரசியிடம் போய் தங்களுக்கொரு மகன் இருந்தது உண்மையா? என்று கேட்கிறாள். இவ்வார்த்தைகளைக் கேட்ட மாத்திரத்தில் அரசி அநேகமாக மயங்கிவிட்டாள். இறந்தவனைப் பற்றிக் குறிப்பிட்டதற்கான தண்டனை, மரணத்திற்குக் குறைந்ததில்லை. வேலைக்காரிக்கு மரணதண்டனை விதிக்கப்பட்டது. ஆனால் அரசி அவள் மீது அனுதாபங்கொண்டு, சிறையிலடைத்தாள். நம்பிக்கை இழந்துபோன வேலைக்காரி, சாப்பிடாமல் இரவெல்லாம் அழுதுகொண்டிருந்தாள். இப்படி அவள் இருக்கையில் இரவில் சிறையின் வாசல் திறக்க ஐந்துபேர் நுழைந்தனர். அவர்களில் நால்வர் பில்லிசூனியவாதிகள், ஒருவன் அரசியின் மகன். அவனைக் கைதியாக பயிற்சி செய்ய அழைத்துச் சென்றனர்.

இத்தருணத்தில் வணிகனது மகளுக்கு அரசனின் கடிதத்தை எடுத்து வந்த சேவகனால் கிளி குறுக்கீட்டுக்கு உள்ளானது. ஆனால் தான் கேட்டுக்கொண்டிருந்த கதையின் அடுத்த கட்டம் என்ன என்பதிலேயே வணிகன் மகளின் ஆர்வம் படிந்திருந்தது. எனது தந்தை திரும்பும் மட்டும் எந்தக் கடிதத்தையும் வாங்கமாட்டேன். கிளியே உன் கதையைத் தொடர்ந்து சொல் என்று கூறிவிட்டாள்.

சேவகன் புறப்படவும் கிளி தொடர்ந்து. காலையில் வந்த சிறை அலுவலர்கள், கைதியான பெண் எதுவும் சாப்பிடாதிருந்ததை அரசிக்குத் தெரிவித்தனர். அவளை அழைத்து வரச் சொன்னாள். அரசியிடம் வந்த அவ்வேலைக்காரி, தங்கள் மகன் உயிருடன்தான் இருக்கிறார். நான்கு சூனியக்காரர்கள் அவரைக் கைதியாக்கி வைத்துள்ளனர். இரவில் பயிற்சி செய்ய அழைத்துப் போகின்றனர் என்றாள். அரசியால் அனுப்பப்பட்ட பன்னிரண்டு வீரர்கள் தம் இரும்புத் தடிகளால் நான்கு சூனியக்காரர்களைக் கொன்று அரசியின் மகனை விடுவித்தனர். அப்புறம் தன் மகனைக் காப்பாற்றிய அப்பெண்ணை அவனுக்கு மணம் செய்து வைக்க முற்பட்டாள் அரசி.

இப்போது திரும்பவும் மன்னனிடமிருந்து கடிதம் எடுத்து வந்த வேலைக்காரன், அதனை வாசித்துப் பார்க்குமாறு வணிகன் மகளை வற்புறுத்தினான். கதை முடிந்து போனதும் கடிதத்தை வாசிக்கலாம் என்றாள். இன்னும் முடியவில்லை எனக் கிளி அவசரம் காட்டியது. இதனைக் கேள் அரசியின் மகனை மணமுடிப்பதில் அப்பெண்ணுக்கு ஆர்வமில்லை.

ஆடவனின் ஆடைகளும் பணமும் போதும் எனப் புறப்பட்டு, இன்னொரு நகரத்தை அடைந்தாள். நோய் வாய்ப்பட்டிருந்த இந்நகரத்து மன்னரின் மகனைக் குணப்படுத்த எந்த வைத்தியராலும் முடியவில்லை. நள்ளிரவிலிருந்து விடியும் மட்டும் அவன் பிதற்றிக்கொண்டிருந்தான். ஆணின் உடையில் மிடுக்காக வந்து சேர்ந்திருந்த அப்பெண் தன்னை மருத்துவர் என்று கூறிக்கொண்டு, ஓர் இரவு மன்னரின் மகனுடன் தனித்திருக்க அனுமதித்தால் குணப்படுத்த முடியும் என்றாள். அனுமதிக்கப்பட்டது. அவ்விரவில் கட்டிலுக்குக் கீழே தெரிந்த பாதாள அறைக்குள் சென்று

சா. தேவதாஸ் ● 65

ஒரு விளக்கு எரிந்துகொண்டிருந்ததைப் பார்த்தாள். இத்தருணத்தில் வணிகனின் மகளைப் பார்க்க அவளது அத்தை என்று கூறிக்கொள்ளும் வயதான பெண் காத்திருப்பதாக வேலைக்காரன் தெரிவித்தான். (அவள் அத்தையல்ல, மன்னனால் அனுப்பப்பட்டிருந்தவளே). ஆனால் வணிகனின் மகளோ, யாரையும் பார்க்க விரும்பவில்லை என்று கூறி கதையைத் தொடருமாறு கிளியிடம் சொல்லிவிட்டாள்.

கிளி இவ்வாறு தொடர்ந்தது, அவ்விளக்கினை அடைந்தவள், அங்கே கிழவி ஒருத்தி மன்னரது மகனின் இருதயத்தை ஒரு பாத்திரத்தில் போட்டுக் கொதிக்க வைத்துக் கொண்டிருந்ததைப் பார்த்தாள். கிழவியின் மகனைத் தூக்கிலிட்டதற்காக மன்னனைப் பழிவாங்க கிழவி இதனைச் செய்துகொண்டிருந்தாள். பாத்திரத் திலிருந்து இருதயத்தை எடுத்து வந்து, மன்னனின் மகனிடம் உண்ணுமாறு சொன்னாள் அப்பெண். மன்னன் மகன் உடனே குணமானான். என் மகனைக் குணப்படுத்திய மருத்துவருக்கு நாட்டில் சரிபாதி தருகிறேன் என வாக்களித்திருந்தேன். ஆனால் நீ பெண்ணாக இருப்பதால் என் மகனை மணந்து அரசியாகிவிடலாம் என்றான் மன்னன்.

இது நல்ல கதையாக இருக்கிறது. கதை முடிந்துவிட்டதால் என் அத்தை என்று கூறிக் கொள்பவளை இப்போது பார்க்கலாம் என்றாள் வணிகன் மகள். இன்னும் முடியவில்லை என்று கிளி தொடர்ந்தது.

மருத்துவர் உடையிலிருந்த பெண் அம்மன்னனின் மகனையும் மணக்க விரும்பாமல் இன்னொரு நகருக்கு வந்து சேர்ந்தாள். அந்நகரின் மன்னனது மகன் பேச்சு மூச்சுன்றி மயங்கிக்கிடந்தான். அவனது கட்டிலுக்குக் கீழ் ஒளிந்துகொண்ட அவள், நள்ளிரவில் சாளரம் வழியே நுழைந்த இரு சூனியக்காரிகள், இளைஞனது வாயிலிருந்து ஒரு கூழாங்கல்லை எடுக்கவும் அவன் பேசினான். அவர்கள் கிளம்பும் முன்னர் கூழாங்கல்லைத் திரும்பவும் அவன் வாயில் போட்டுவிட அவன் மீண்டும் பேச்சிழந்ததைப் பார்த்தாள்.

இக்கட்டத்தில் யாரோ கதவைத்தட்ட வணிகன் மகள் கதையில் மூழ்கியிருந்ததால், கிளி தொடர்ந்தது.

மறுநாள் இரவில் வந்த சூனியக்காரிகள் கூழாங்கல்லை எடுத்து படுக்கைமேல் போடவும் அவள் விரிப்பை இழுத்துவிட, தரையில் நழுவியது. அதனை எடுத்துத் தன் பையில் போட்டுக்கொண்டாள். விடிந்தபோது கூழாங்கல்லைக் காணமுடியாததால் சூனியக்காரிகள் பறந்தோடினர். மன்னனின் மகன் சரியாகிவிடவே அவள் அரசவை மருத்துவராக்கப்பட்டாள்.

கதவு தொடர்ந்து தட்டப்படுவது கேட்கவே வணிகன் மகள் கதவைத் திறக்க ஆயத்தமானாள். அதற்குள் கதை தொடர்கிறதா இல்லை முடிந்துவிட்டதா என்று கிளியிடம் கேட்டுக்கொண்டாள். தொடர்கிறது என்றது கிளி. இதனை மட்டும் கேள். அப்பெண்ணுக்கோ அரசவை மருத்துவராக விருப்பமில்லை. வேறொரு நகருக்குப் போனாள். அந்நகரத்து மன்னனுக்குப் பித்துப்பிடித்திருந்ததாகப் பேச்சு நிலவியது. காட்டில் தான் பார்த்த பொம்மையிடம் காதல் வயப்பட்டிருந்தான். ஓர் அறையில் பூட்டிக்கொண்டு கிடந்த அம்மன்னன், அது உயிருள்ள பெண் இல்லை என்பதால் அழுதுகொண்டிருந்தான். அம்மன்னனிடம் சென்ற அப்பெண் இது எனது பொம்மை என்று வியப்படைந்தாள். பொம்மையின் உயிருள்ள படிமத்தைக் கண்ட மாத்திரத்தில் இதுதான் எனது மணப்பெண் என்றான் மன்னன். கதவை இன்னொரு முறை தட்டப்படுவதைக் கேட்ட கிளி, ஒரெயொரு நிமிடம்தான் இன்னும் கொஞ்சமே இருக்கிறது என்ற கிளி அடுத்து என்ன சொல்வது என்று திகைத்தது.

“கதவைத் திற அப்பா வந்திருக்கிறேன்”

ஆம் கதையின் முடிவுக்கு வந்துவிட்டோம் மன்னன் மங்கையை மணந்துகொண்டான் இருவரும் மகிழ்வாக வாழந்தனர் என்றது கிளி.

வணிகனின் மகள் கதவைத் திறந்து, திரும்பி வந்திருந்த தந்தையைத் தழுவிக்கொண்டாள். “சபாஷ் மகளே வீட்டில் விசுவாசமாக இருந்திருப்பதைப் பார்க்கிறேன். கிளி எப்படி இருக்கிறது”

அவர்கள் கிளியைப் பார்க்கத் திரும்பினர். அதனிடத்தே பொலிவுகுன்றாத இளைஞன் நின்றான். “என்னை

மன்னித்துவிடுங்கள் நான் கிளி வேடத்திலிருந்த மன்னன். உங்கள் மகளை நேசித்ததால் இப்படிச் செய்தேன். இன்னொரு மன்னன் இவளைக் கடத்திப் போக சதி செய்திருந்ததால் இவளைக் கலகலப்பாக வைத்திருக்க கிளியுருவில் வந்தேன். கௌரவமான முறையில் எதிரியின் சூழ்ச்சியையும் தடுத்துவிட்டேன். இப்போது உங்கள் மகளை மணம் செய்துகொடுக்குமாறு நான் கேட்கலாம் தானே"

வணிகன் சம்மதிக்க அவனது மகள் தனக்குக் கதை சொன்ன மன்னனை மணந்துகொண்டாள். ஆத்திரத்தில் இன்னொரு மன்னன் மடிந்துவிட்டான்.

Italion Folk Tales Selected - retold by Italo Calvino Pengin Books 1980 தொகுப்பிலிருந்து தமிழ்வடிவம்.

குறிப்புகள் :

1. கிரிம் சகோதரர்கள் தொகுத்த தேவதைக் கதைகளுக்கு இணையானவை இத்தாலியில் உண்டா? என்னும் கேள்விக்குப் பதிலளிக்கும் முகமாக, நாவலாசிரியர் 'இத்தாலோ கால்வினோ' தொகுத்தவையே 'Italion Folk Tales' என்னும் கதைகள். வாய்மொழிக் கதைகளுக்குச் சற்று மெருகூட்டி வழங்கியுள்ளார் கால்வினோ.

2. ஏற்கனவே தொகுக்கப்பட்ட கதைகள் வாசிப்புத் தன்மையுள்ள தேர்ந்தக் கதைகளாக இல்லையென்பதால் அத்தன்மையுடன் இத்தொகுப்பை உருவாக்கியிருப்பதாகக் கூறுகிறார். மானுட இனத்தின் இருப்பினை உறுதிப்படுத்திட சாராம்சமானதும் மர்மமானதுமான மகாசமுத்திரத்தின் அடியாழத்தில் இருப்பதை மீட்க வேண்டும் என்னும் ஆழ வேரூன்றிய பற்றுறுதியின் காரணமாகவே இத்தகைய கதைகள் தொகுக்கப்பட்டு வந்துள்ளதாக அடையாளம் காண்கிறார்.

3. இக்கதைகளைத் தொகுத்து வந்த இரண்டாண்டுகளில் தன்னைச் சுற்றியிருந்த உலகம் தேவதையுலகின் பண்புகளைப் பெற்றிருந்தது என்கிறார்.

4. இத்தாலியின் கிளை மொழிகளில் வழங்கப்பட்ட கதைகளை இத்தாலி மொழியில் மொழியாக்கம் செய்து

தொகுப்பாக்கியுள்ளார். வாய்மொழிக் கதைகளின் ஒவ்வொரு வகை மாதிரி மற்றும் இத்தாலியின் ஒவ்வொரு மண்டலத்தைப் பிரதிநிதித்துவப்படுத்துவது கால்வினோவின் உத்தேசமாக இருந்துள்ளது.

5. கால்வினோவுக்கு முன்னர் இத்தாலியில் வாய்மொழிக் கதைகளின் சேகரத்தில் ஈடுபட்டவர்களுள் ஒருவர் கெரார்டோ நெருக்கி (1828–1906) என்னும் வழக்குரைஞர். நெருக்கியிடம் கதை சொன்னவர்களுள் அவருக்குப் பிடித்தமான நபர் லூயிஸா கினான்னி என்னும் விதவை. நெருக்கியின் தொகுதியில் மூன்றில் இரண்டு பங்கு லூயிஸா கூறியவை.

6. 'கிரிம் சகோதரர்களது வாய்மொழிக் கதைகளிலுள்ள தாங்கிக்கொள்ள முடியாத ஆவேசம் இத்தாலியக் கதைகளில் இல்லை ' என்கிறார் கால்வினோ. தொடர்ந்து காதலின் நடுக்கம் இழையோடுவதாகப் பார்க்கிறார்.

7. அரேபிய இரவுக் கதைகளின் வடிவத்தில் கதைக்குள் கதையாகச் சொல்லப்பட்டுக் கடைசியில் கதையின் முடிச்சு நாட்கபாணியில் அவிழ்வது ஆச்சரியமளிக்கும் அம்சமாகும். வாய்மொழிக் கதைகளை/ தேவதைக் கதைகளைத் தம் கற்பனைப் படைப்புகளுக்கு உத்வேகமாகக் கொண்டிருந்தவர் கால்வினோ என்பது இங்கு குறிப்பிடத்தக்கது.

வங்காள வாய்மொழிக் கதை

எலியின் ஆசைகளும் துறவியின் வரங்களும்

ஒரு காலத்திலே கங்கையின் கரையில் ஒரு துறவி வாழ்ந்து வந்தார். இரவும் பகலும் சடங்குகள் செய்வதும் இறைவனைக் குறித்துத் தியானிப்பதுமாக இருந்தார். சூரிய உதயம் தொட்டு மறைவுவரை பக்தியில் திளைத்தார். அருகிலுள்ள புதரில் தன் கைகளால் பனையோலைகளால் வேய்ந்தக் குடிலில் இரவைக் கழித்தார். சுற்றுமுற்றும் மைல் கணக்கில் ஆடவரோ பெண்டிரோ காணப்படவில்லை. எனினும் இரவில் துறவி விட்டு வைக்கும் உணவைத் தின்றுவிட ஒரு எலி இருந்தது. எந்தவொரு உயிரினத்தையும் புண்படுத்தாதவராக துறவி இருந்தமையால் இந்த எலி அவரை விட்டுப் போகவில்லை, மாறாக அவரை நெருங்குவதும் அவர் பாதங்களை வருடுவதும் அவருடன் விளையாடுவதுமாயிருந்தது. அச்சிறிய விலங்கிடம் கொண்ட அன்பாலும், சில வேளைகளில் யாரேனும் ஒருவரிடம் பேசவேண்டிய அவசியம் ஏற்பட்டதாலும், அதற்குப் பேசும் திறனை வழங்கினார்.

ஓர் இரவன்று தன் பின்னங்கால்களில் ஊன்றி நின்றபடி, முன்னங்கால்களைச் சேர்த்துக் குவித்துக் கொண்டு, "புனிதத்துறவியே, தாங்கள் பேரன்புடன் எனக்குப் பேசும் திறமையை அளித்துள்ளீர்கள். எனக்கு இன்னொரு வரமும் வேண்டும். தாங்கள் பகல்பொழுதில் ஆற்றங்கரைக்குப் போய்விடும் பொழுது, என்னைப் பிடித்துவிட ஒரு பூனை

வருகின்றது. தங்களைக் குறித்த பயம் மட்டும் இல்லாதிருந்தால், அது எப்போதோ என்னைத் தின்று போட்டிருக்கும், ஒருநாள் எப்படியும் என்னைத் தின்றுவிடும் என்றஞ்சுகிறேன், என்னைப் பூனையாக மாற்றிவிட்டால், என் எதிரிக்கு ஏற்ற போட்டியாளனாக இருப்பேன்."

எலியிடம் கருணைக் கொண்ட துறவி அதன் மீது புனிதநீரைத் தெளிக்க, உடனே அது பூனையாகிவிட்டது. சில இரவுகளுக்குப் பிறகு துறவி அப்பூனையிடம் வினவினார்: "இப்போதைய வாழ்க்கை எப்படிப் போய்க்கொண்டிருக்கிறது?"

"அவ்வளவு நன்றாகயில்லை, துறவியே."

"ஏனில்லை? உலகிலுள்ள பூனைகளையெல்லாம் பிடிக்கும் தீரம் உன்னிடம் இருக்கிறதா இல்லையா?"

"இருக்கிறது. இப்போது பூனைகளிடம் எனக்குப் பயமில்லை. இப்போது புதிய எதிரி. தாங்கள் ஆற்றங்கரைக்குப் போய்விடும் போது, நாய்க்கூட்டம் வந்து உரத்துக் குரைக்கின்றது; நான் பயந்து போகிறேன். எனவே என்னை நாயாக மாற்றிவிடுங்கள்."

"நாயாக மாறிவிடு" எனத் துறவி உச்சரித்த மத்திரத்தில், அது நாயாகிவிட்டது.

சில தினங்கள் கழிந்தன. ஒருநாள் துறவியிடம் அந்நாய் கூறியது. "என்மீது தாங்கள் காட்டும் அன்புக்கு நன்றி சொல்லிமாளாது. எனக்குப் பேசும் திறனைத் தந்தது மட்டுமின்றி, பூனையாக்கினீர்கள்; அப்புறம் நயாக்கினீர்கள். நாயான பின்னும் நிம்மதி இல்லை. இப்போது எனக்குப் போதுமான சாப்பாடு கிடைப்பதில்லை. என்னைப் போன்ற விலங்கிற்கு நீங்கள் மிச்சம்வைக்கும் இரவுச்சாப்பாடு போதாது. மரத்துக்கு மரம் தாவும் குரங்குகள் எப்படித் தம் விருப்பப்படி சுவையான பழங்களைத் தின்று களிக்கின்றன. தங்களுக்குக் கோபம் இல்லையெனில் என்னைக் குரங்காக மாற்றிவிடுங்கள்"

அன்புமிக்க துறவி அவ்வரத்தை அருள, நாய் குரங்கானது. குரங்கு ஆரம்பத்தில் குதூகலமாய்த் தாவித் திரிந்தது. ஆனால் அது குறுகிய காலத்திற்கே. கோடை வந்தது. கூடவே வறட்சியும். ஆற்றிலிருந்தோ குளத்திலிருந்தோ நீர் அருந்துவது குரங்கிற்கு எளிதாயில்லை. ஆனால் காட்டுப் பன்றிகள் நாளெல்லாம்

ஆற்று நீரில் அமளி செய்தன. குரங்கு அதைப் பார்த்துப் பொறாமைப்பட்டது.

அன்றிரவு துறவியிடம் குரங்காக இருப்பதன் சிரமங்களையும் பன்றியாக இருப்பதன் சுகங்களையும் எடுத்துரைத்து, தன்னைப் பன்றியாக மாற்றிவிடுமாறு கெஞ்சிற்று. அளவற்ற அன்புடைய துறவி அப்படியே செய்தார். இருதினங்கள் இப்பன்றி நீரில் திளைத்து மூன்றாம் நாள் அலங்கரிக்கப்பட்ட யானையில், மன்னர் வருவதைப் பார்த்தது. மன்னர் வேட்டையாட வந்திருந்தார். நல்வாய்ப்பாக இப்பன்றி உயிர் தப்பிற்று. காட்டுப்பன்றியாக இருப்பதிலுள்ள அபாயங்கள் இதனை உலுக்கியெடுத்தன. மன்னரைத் தாங்கிச் செல்லும் யானையாகிவிட ஏங்கியது,

பன்றியின் ஏக்கத்தைப் புரிந்துகொண்ட துறவி அதனை யானையாக்கிவிட்டார். இப்போது இந்த யானை, வேட்டையாட வரும் மன்னரைப் பார்த்தது. தொலைவிலிருந்தபடியே இந்த யானையின் அழகால் ஈர்க்கப்பட்ட மன்னர், இதனைப் பிடித்துப் பழக்க வேண்டும் என்று ஆசைப்பட்டு, உத்தரவும் பிறப்பித்தார். அப்படியே செய்யப்பட்டது. இப்போது அரண்மனை லாயத்தில் பழக்கப்படுத்தப்படுகிறது.

புனிதகங்கையில் நீராடி விளையாட வேண்டும் என்று ஆசைப்பட்ட அரசியை, இந்த யானை மீது ஏற்றிக்கொண்டு செல்ல மன்னர் முற்பட்டார். மன்னரை ஏற்றிக் கொண்டு செல்ல வேண்டும் என்பதற்காகக் காத்திருந்த யானையின் விருப்பம் ஈடேறும் தருணம் வந்துள்ளது. ஆனால் அவருடன் பெண்ணாகிய அரசியையும் சுமக்க வேண்டுமே; பெண்ணைச் சுமக்க நேர்வது இழிவல்லவா என்றெண்ணிய யானை சற்றுக் குலுங்கவே, அரசரும் அரசியும் கீழே விழுந்தனர்.

மன்னர் சுதாரித்து எழுந்துகொண்டு, அரசியைத் தாங்கிப் பிடித்து, அவளது துணிமணிகளிலிருந்த தூசுகளைத் தட்டிவிட்டு, இதமாக நூறுமுறை முத்தமிட்டார். இதனைக் கண்ணுற்ற யானை காட்டுக்குள் ஓடிவிட்டது.

"இந்த அரசி எவ்வளவு மரியாதை பெற்றிருக்கிறாள் மன்னரே அவளைத் தாங்கிப் பிடித்து நலம் விசாரிக்கிறார்,

தூசுகளைத் தட்டிவிடுகிறார், நூறுமுறை முத்தமிடுகிறார். அரசியாக இருப்பது எவ்வளவு இன்பமானது; அரசியாக மாற்றிவிடத் துறவியைக் கேட்டுக் கொள்ளப்போகிறேன்' என்றெண்ணியது. அப்படியே வேண்டிக்கொண்டது.

"உன்னை எப்படி அரசியாக்குவது? உனக்கென்று – ஒரு நாட்டினை எங்கே கண்டுபிடிப்பேன். உனக்கென்று அரசகுல மணாளனை எங்கே தேடுவேன்? வசீகரமான யுவதியாக மாற்ற முடியும். கடவுளரின் தயவால் யாரேனும் இளவரசனைப் பார்க்க நேர்ந்தால், அவளால் அவனை ஈர்த்துத் தன் வசப்படுத்த முடியும்" என்றார் துறவி. சரியென்று யானை ஒப்புக் கொண்டது. உடனே அழகிய யுவதியானது. போஸ்டோமணி அல்லது 'கசகசாவிதை மாது என்று பெயர் பெற்றாள்.

துறவியின் குடிசையில் செடி கொடிகளுக்கு நீர் ஊற்றுவதும் மலர்கள் பறிப்பதுமாக இருந்து வந்தாள். ஒருநாள் துறவி இல்லாத வேளையில், மிடுக்காக உடையணிந்தவன் குடிலுக்கு வந்தான். அவன் யாரென்றும் வந்த உத்தேசம் என்னவென்றும் வினவினாள். "இக்காட்டுக்கு வேட்டையாட வந்த நான் ஒரு மானை விரட்டி வந்ததில் தாகம் கொண்டு இங்கு வந்து சேர்ந்தேன்" என்றான். வந்தவன், ஒரு மன்னன் என்பதைப் புரிந்து கொண்டு, அவனது பாதங்களைக் கழுவிட நீர் கொண்டு வருகிறாள். "என் பாதங்களைத் தொட வேண்டாம், புனிதத் துறவியின் மகளாகிய தாங்கள் சத்திரியனாகிய என் பாதங்களைத் தொடலாகாது" என்றான்.

"நான் துறவியின் மகளுமில்லை, பிராமணப் பெண்ணுமில்லை. எனவே தங்கள் பாதங்களைத் தொடுவதில் பாதகமில்லை. அத்துடன் நீங்கள் எனது அதிதி"

"எனது துடுக்குத் தனத்தைப் பொறுத்துக்கொள்ள வேண்டும். தாங்கள் என்ன சாதியைச் சேர்ந்தவர்?"

"என் பெற்றோர் சத்திரியர் எனத் துறவியிடமிருந்து அறிந்துள்ளேன்."

"உங்கள் தந்தை மன்னரா? உங்களது அசாதாரண அழகு, பிறவியிலேயே நீங்கள் இளவரசி என்கிறது."

உடனே போஸ்டோமணி உள்ளே சென்று சுவையான பழங்களைத் தட்டில் எடுத்து வந்து, மன்னரின் முன்னே வைத்தாள். "என் கேள்விகளுக்குப் பதில் வராதவரை பழங்களைத் தொடமாட்டேன்" என்றார்.

"என் தந்தை மன்னராக இருந்தார். போரில் வெல்லப்பட்டு, என் தாயுடன் காட்டுக்கு ஓடி வந்தார். புலியால் தின்னப்பட்டார். கர்ப்பிணியான என் தாய் நான் பிறந்து விழித்ததும் கண்களை மூடிக்கொண்டாள். அப்போது ஒரு மரத்தின் தேனடையிலிருந்து சொட்டிய தேன்துளிகளை அருந்தி உயிர்த்திருந்தேன். துறவிதான் என்னை எடுத்து வந்து வளர்த்தார். அந்தப் பெண்ணே, அந்த அபலையே தங்கள் முன் நிற்கிறாள்"

எல்லா பெண்களிலும் அழகும் வசீகரமும் உடையவள் நீ, அபலையில்லை. ஆற்றல் மிக்க மன்னரின் அரண்மனையை அலங்கரிக்கத் தக்கவள்.

இருவருக்கும் திருமணம் செய்வித்தார் துறவி. இப்போது போஸ்டோமணி அபிமான அரசியாகிவிட, முந்தைய அரசி அவமதிக்கப்பட்டாள். எனினும் போஸ்டோமணியின் மகிழ்ச்சி குறுகிய காலமே நீடித்தது. ஒருநாள் கிணற்றருகே நின்றிருந்தவள், மயங்கிக் கிணற்றில் விழுந்து இறந்து போனாள். அப்போது அங்கே துறவி தோன்றி, மன்னரிடம் பேசினார்:

"நடந்தவை பற்றி வருந்தற்க. விதிப்படி நடந்தே தீரும். கிணற்றில் மூழ்கி மடிந்த இவள் – அரச குலத்தவள் அல்ல. எலியாகப் பிறந்து தன் ஆசைப்படி பூனை, நாய், பன்றி, யானை, என மாறி இறுதியில் அழகான யுவதியாக இருந்து வந்தாள். அவள் இப்போது இல்லை. தாங்கள் முந்தைய அரசியுடன் சேர்ந்து வாழ வேண்டும். கடவுளரின் அருளால் கீர்த்திமிக்க என் மகள் பெயரை அமரத்துவம் உள்ளதாக்குவேன். அவளது உடல் இக்கிணற்றிலேயே கிடக்கட்டும். மண்ணால் கிணற்றை மூடிவிடுங்கள். அவளது சதையிலிருந்தும் எலும்பிலிருந்தும் ஒரு மரம் முளைத்து வளரும். அது 'கசகசாவிருட்சம்' என்றழைக்கப்படும், அதிலிருந்து கிடைக்கும் மருந்து அபின் எனப்படும். எல்லாக் காலத்திலும் அது ஆற்றல் மிக்க மருந்தாகப் போற்றப்படும். ஆச்சரியமிக்க போதை மருந்தாக விழுங்கப்படும் (அ) புகைக்கப்படும். போஸ்டோமணி உருமாறி வந்த

விலங்குகள் ஒவ்வொன்றின் பண்பையும் அபின் விழுங்குவார் பெற்றிருப்பார். எலி போல விஷமம் கொண்டிருப்பார், பூனையென பாலை விரும்புவார், நாய்ப் போல சண்டை யிடுவார், குரங்கென அருவருப்பு கொண்டிருப்பார், பன்றியென காட்டுமிராண்டித்தனம் பெற்றிருப்பார், அரசிபோல கோபம் மிகுந்திருப்பார்."

(லால் பிகாரிடே தொகுத்த Peasant Life In Bengal ang Folk Tales Of Bengal - **தொகுப்பிலிருந்து தமிழ் வடிவம்)**

குறிப்புகள்:

1. அற்பஜீவியான எலி, தான் ஆசைப்பட்டபடியெல்லாம் பூனை, நாய், குரங்கு, பன்றி, யானை, அரசி என உருமாறி விடுகிறது. முடிவில்லாத ஆசைகள் நிறைவேற்றப்படுகின்றன. ஆனால் அவற்றால் கிடைக்கும் இன்பங்கள் குறுகிய காலமே நீடிக்கின்றன.

2. தன் ஆசைகளின் இறுதி வடிவமான அரசியின் உடலிலிருந்தே, ஆசைகளை நிறைவேற்றும் அபினைத் தரும் விருட்சம் முளைத்தெழுகிறது.

3. துறவியருக்கு அபின்/கஞ்சா அத்தியாவசிமானதாயிருக்க, இக்கதையின் துறவியோ, ஆசைகளை நிறைவேற்றிடும் வரமளிக்கும் ஆற்றல் பெற்றுள்ளார். பற்றற்றவர் பற்றுகளை நிறைவேற்றுகிறார்.

4. விநோதமான மனநிலைகளைத் தரும் அபினின் ஆற்றலில், விதவிதமான விலங்குகளின் பண்புகள் காணப்படுவதாகச் சொல்லப்பட்டிருப்பது ஆச்சரியகரமானது.

5. வடஇந்தியாவில் தான் பார்த்த ஒரு நாடகத்தை ஏ.கே. ராமானுஜன் விவரித்துள்ளார் "வனவாசம் செல்லும் இராமன் அயோத்தி மக்களிடமிருந்து கண்ணீர் மல்க விடைபெற்றுச் செல்கிறான். இராவணவதம் முடித்து, சீதையுடன் திரும்பி வருகையில், 14 ஆண்டுகளுக்குப் பிறகு, முன்னர் – விடை பெற்றிருந்த இடத்தில், நரைத்த முடியும் நீண்ட நகங்களும் பூமியில் பதிந்த பாதங்களுமாக ஒரு கூட்டத்தினர் நிற்பதைக் கண்டு, யாரென வினவுகிறான்.

ராமனே நீ விடைப்பெற்ற போது எங்களை மறந்து போனாய். ஆண்களையும் பெண்களையும் மட்டுமே சகோதர சகோதரியர் என்றழைத்து விடை பெற்றாய். நாங்கள் அயோத்தியின் திருநங்கைகள். இப்பதினான்கு ஆண்டுகளாக உனக்காகக் காத்திருக்கிறோம்" என்கின்றனர். தன் குற்றவுணர்வு மீதூர இராமன், அயோத்தியின் திருநங்கைகளே நீங்கள் இந்தியாவில் மீளவும் பிறந்து அடுத்த காங்கிரஸ் கட்சியாக நாட்டை ஆள்வீர்கள் நாட்டை ஆள்வீர்கள் என வரமளித்தான் (Who Needs Folklore/ A.K.Ramanujan)

இந்நாடகத்தில் ராமன் கதையைக் காங்கிரஸ் ஆட்சியுடன் முடிச்சுப் போட்டுவிடும் கற்பனை விசித்திரமாகத் தோன்றுகிறது. எனினும் திருநங்கைகள் நாடாளும் நிலைக்கு உயருமாறு வரம்பெறுகின்ற அற்புதம் சேர்ந்துள்ளது. மாற்றுக்கதையாடலும் எதிர்ப்புக் குரல் ஒலிப்பதும் வாய்மொழி மரபின் அடிப்படை என்ற வகையில் இது நம் கவனத்திற்குரியாதாகிறது.

யூத தேவதைக் கதை

ஹொனீமின் மாயச்செருப்புகள்

முன்னொரு காலத்தில் தூரக்கிழக்கின் பெரிய நகரமொன்றில் விசித்திரமான செருப்புத் தைப்பவர் இருந்தார். ஹொனீம் என்ற பெயருடைய அவர் ஒரு யூதர். யூதரல்லாதவர்கள் அவரை மந்திரவாதி என்றனர். ஒருவரைப் பார்த்தமாத்திரத்தில் அவர் செல்வந்தரா ஏழையா என்று சொல்லிவிடுவார். ஒருவரால் என்ன விலைக்கு வாங்கமுடியுமோ அதனை மட்டுமே கேட்டுப் பெற்றுக்கொள்வார். நகரின் முக்கிய கடைவீதியிலிருந்த அவரது கடையில் விதவிதமான ரகங்களில் பல்வேறு அளவுகளிலான செருப்புகள் நிரம்பிக்கிடக்கும்.

கடைக்கு வரும் வாடிக்கையாளரைக் கண்டதுமே, அவருக்கு உரிய அளவிலான செருப்பைத் துல்லியமாகக் கணித்து, சரியான ஜோடியை எடுத்துத் தந்துவிடுவார், அரிதாக யாரேனும் ஒருவர், மூன்று ஜோடிகளைப் பார்த்த பின்னும் திருப்தியடையவில்லையெனில், "உங்களுக்குத் தேவையானது. என்னிடமில்லை. வேறெங்காவது பார்த்துக்கொள்ளுங்கள்" என்று கூறிவிடுவார்.

அடுத்து ஒரு புத்தகத்தை எடுத்து ஆழ்ந்து விடுவாரேயொழிய, வேறு எதுவும் பேசமாட்டார். விலையினை மிகவும் குறைத்து அடிமட்டத்திற்கு வாங்கிட யாரேனும் முற்பட்டால் இன்றைக்கு வணிகம் செய்ய விதிக்கப்பட்டிருக்கவில்லை என்று அனுப்பிவிடுவார்.

ஒருநாள் ஒட்டகத்தில் வந்த அரபி ஒருவன், அவர் கடை முன் நின்று நூற்றுக்கணக்கிலான செருப்புகளைப் பார்த்துக் கொண்டிருந்தான். வழக்கமாக வாடிக்கையாளர் வந்ததுமே, அவர் தெரிவு செய்ய வேண்டிய ஜோடியின் விபரங்களை

சா. தேவதாஸ் ● 77

விவரிக்கத் தொடங்கி விடுவார். இப்போதோ, அரபியைக் கவனிக்காதவராக தான் வாசித்துக்கொண்டிருந்த புத்தகத்தில் மூழ்கிப் போனவராகத் தென்பட்டார்.

இதனால் ஒட்டகத்திலிருந்து இறங்கி, கடைக்குள் நுழைந்த அரபி "ஒரு ஜோடி செருப்புகள் வேண்டும்" என்றான்.

"உனக்குச் செருப்புகள் தேவையில்லை. நீ ஒரு பாலையின் மகன். நகரில் வசிக்கவில்லை. மணல் வெளியில் திரியும் உனக்குச் செருப்புகள் எதற்கு? நீ இந்த நகருக்கு வந்திருப்பது ஒட்டகத்திற்கு அணிமணிகள் வாங்கவே. ஏற்கனவே தாராளமாகச் செலவழித்து விட்டாய். உன்னுடன் பேரம் செய்ய முடியாது."

"உங்களுக்கெப்படி இவையெல்லாம் தெரியும்?"

"ஹொனீமுக்கு எப்படி இவை தெரியும் என்றறிய முற்படாதே. எனக்குத் தெரியும் என்பதே போதுமானது. உன்னிடம் நானுரைத்தவை உண்மைதானே?"

"உண்மைதான், யாராவது தகவல் தெரிவித்திருக்கலாம்!"

"வார்த்தைகளை வீணாக்காதே. எனது ரகசியங்களைத் தெரிந்துகொள்வது உனக்கு அருளப்படவில்லை. உனக்குத் தீங்கு வந்து சேருமுன் கூடாரத்திலுள்ள உன் நாடோடிக் குடியினரிடம் சேர்ந்துவிடு. பெருநகரின் தன்மை உனக்குத் தெரியாது. சமாதானத்தில் புறப்பட்டுவிடு."

"யாரிடம் பேசிக்கொண்டிருக்கிறீர்கள் தெரியுமா? நீங்கள் சாதாரண செருப்பு வியாபாரி, நானோ பாலைவனத் தலைவனின் மகன். எனது தந்தை ஒட்டகங்களின் பெரும் செல்வத்தினை உடையவர்"

"நீயொரு பாலையின் மகனே தவிர, நகரின் வழி முறைகள் அறியாதவன். உன் தந்தையின் செல்வத்தை அனுபவி. பாலைவனத்தில் உனக்குத் தேவையற்ற செருப்புகளை வாங்குவதில் அதனை வீணாக்காதே."

சற்றுநேரம் அரபியைக் கவனித்த ஹொனீம் தொடர்ந்தார். "பட்டிக்காட்டு இளைஞரது வழிமுறைகளை நீ பின்பற்றவில்லையெனில் நீ ஆசைப்படும் மங்கை உன்னை

அதிகம் நேசிப்பாள். அவளும் பாலையின் மகள். ஒரு தலைவனின் புதல்வியே. அவள் எப்போதேனும் செருப்புகளை அணிந்திருக்கின்றாளா?"

"இதெல்லாம் உங்களுக்கு எப்படித் தெரியும்?"

"உன்னிடம் முன்னரே சொல்லவில்லையா? என் ரகசியங்களை அறிய முற்படாதே. அழகிய பாலைவன மங்கையை நேசிக்கிறாய் என்பதே போதுமானது. அம்மங்கைக்காக ஏன் ஒரு ஜோடி நீ வாங்கக் கூடாது? யுவதியரின் ஒயிலான பாதங்களுக்கேற்ற செருப்புகள் நிறையவே உள்ளன"

"சிவப்பு நிறத்திலான செருப்புகளுடன் நான் திரும்பினால், பட்டிக்காட்டு இளைஞர்களிடமிருந்து வித்தியாசமாகத் தோன்றுவேனில்லையா? அவளின் கண்களை ஈர்க்கும் இல்லையா?"

"நீயொரு பிடிவாதக்காரன். நிறையக் கற்றுக்கொள்ள வேண்டியிருக்கிறது. சில செருப்புகளைக் காண்பிக்கிறேன். ஆனால் கவனமாயிரு. ஹொனீமின்' எச்சரிக்கைகள் ஒதுக்கித் தள்ளக்கூடியவை இல்லை"

"நான் செல்வமும் அதிகாரமும் நிறைந்த பாலைவனத் தலைவனின் மகன். நீயோ யூதநாய், பரிதாபத்துக்குரிய செருப்பு வியாபாரி."

"என்னை யூதநாய் என்பவன் வருந்த வேண்டிவரும்."

பொன்னிற லேஸ் உள்ள பிரகாசமான சிவப்பு செருப்பு ஜோடியைச் சுட்டிக்காட்டி " இவை அழகாயுள்ளன" என்றான் அரபி.

"இவற்றுடன் நான் சென்றால் என்னை அவள் நிராகரிக்கத் துணியமாட்டாள். வாங்கிக் கொள்கிறேன்" என்று கூறி தன் பணப்பையிலிருந்து ஒரு தங்கக் கட்டியை முன்வைத்தான்.

"அவசரப்படுகிறாய் பாலையின் மகனே. இச்செருப்புகளைப் பொன்னால் வாங்கிவிட முடியாது. இது ஒட்டகத்தின் விலை கொண்டது. இப்போது உன்னருகேயுள்ள ஒட்டகம் போன்றதின் விலையுள்ளது."

“எனது ஒட்டகத்தின் விலை இதுபோல இருபது ஜோடிகளின் விலையை விடவும் அதிகம். என் தந்தையின் உடைமைகளில் உன்னதமானது. ஒரு சக்கரவர்த்திக்குத் தகுதியானது.”

“இச்செருப்புகளும் அப்படித்தான். என்னுடன் வாதிடுவதில் பயனில்லை. ஒரேவேளையில் இச்செருப்புகளையும் இவ்வொட்டகத்தையும் நீ வைத்துக்கொள்ள முடியாது”

“விநோத வார்த்தைகளாயுள்ளன. இதற்கு என்ன பொருள்?

“ஹொனீம் வார்த்தைகளை வீணாக்குவதுமில்லை, திருப்பிக் கூறுவதுமில்லை. என் எச்சரிக்கையை அலட்சியப்படுத்தாதே.”

“உனது எச்சரிக்கை பற்றிக் கவலையே இல்லை. நானொரு பாலைவனத் தலைவனின் மகன். எங்கள் குலத்தில் தைரியத்திற்குப் பஞ்சமில்லை, இச்செருப்புகளைப் பெற்றே தீருவேன்”

“ஒட்டகத்தைத் தந்தே பெற முடியும்”

தொடர்ந்து அரபி பேசியதைக் காதில் போட்டுக்கொள்ளாமல், புத்தக வாசிப்பில், ஆழ்ந்து விட்டார் கடைக்காரர். ஆத்திரமுற்ற அரபி ஒட்டகையில் ஏறி அமர்ந்து யூதநாயே என அனைவரும் கேட்டுக்கொள்ளும்படி உரத்துக் கத்தினான்.

எனது எச்சரிக்கையைக் கேட்க மாட்டான் இவன். இவன் உணர்ந்துகொள்ளுமாறு செய்ய வேண்டும் என்று மனதில் சொல்லிக்கொண்டார் கடைக்காரர். மகனைக் கடையைக் கவனிக்குமாறு சொல்லிவிட்டு, அச்செருப்புகளை எடுத்துக்கொண்டு குறுக்கு வழியில் பாலைவனப் பாதையை அடைந்தார். அரபி அப்பாதையை அடைவதற்குள்ளாக ஓரமாக ஓரிடத்தில் ஒரு செருப்பைப் போட்டுவிட்டு, வேகமாக நடைபோட்டார்.

சற்றுநேரத்தில் சோர்ந்தும் இருண்டும் காணப்பட்ட முகத்துடன் அங்கு வந்த அரபி, சிவப்பு செருப்பைக் கண்டதும், ஒட்டகத்திலிருந்து தாவிக் குதித்தான். “ஹொனீமின் மாயச் செருப்பு போன்றே இருக்கிறது. இங்கே எப்படி வந்தது என்று ஆச்சரியமாயிருக்கிறது’ என்று சொல்லிக் கொண்டான். ஆனால் இன்னொரு செருப்பு இல்லாதது வெறுப்பைத் தந்தது. எடுத்ததை எறிந்தான். ஒன்றினால் என்ன பயன். தாமதமும்

ஆகிக்கொண்டிருக்கிறது. உடனே ஒட்டகத்தில் ஏறி விரைந்தான். அரைக்காதம் சென்ற மாத்திரத்தில் இன்னொரு செருப்பைச் சாலையோரம் பார்த்ததும் இறங்கினான்.

"இது அதனுடைய ஜோடிதான். அதை எடுத்து வராத நான் எத்தகைய முட்டாள். விலையின்றி இந்த அரிய ஜோடியைப் பெற்றிருப்பேனே" சுற்றுமுற்றும் நோக்கினான். அஸ்தமிக்கத் தொடங்கியருந்தது. ஒரு காத தூரத்தில் பாலையை அடைந்துவிடலாம். ஒட்டகத்தை ஒரு மரத்தில் கட்டிவிட்டு, முதல் செருப்பு கிடந்த இடத்திற்குத் துரிதமாக நடந்தான். அவன் எறிந்திருந்த இடத்திலேயே கிடந்தது. "நல்வாய்ப்பின் பாதையில் இருக்கிறேன். யூதனின் எச்சரிக்கை நகைக்கத்தக்கதே. விலையே இல்லாது எனக்கு ஒரு ஜோடி செருப்பு கிட்டுகிறது"

செருப்புடன் திரும்பி வந்தவனுக்கு அதிர்ச்சி. ஒட்டகத்தைக் காணவில்லை. சூரியன் அமிழ்ந்துகொண்டிருந்த திசையில் வேதனையுடன் நடக்கத் தொடங்கினான். அச்செருப்புகளின் நிறமான கனலும் செந்நிறப் பந்தாக அச்சூரியன் தெரிந்தான். இப்போது தன் கையிலிருந்த செருப்பு அவனுக்கு அழகாய்த் தெரியவில்லை.

"அந்த யூதன் என்ன சொன்னான்? ஒரே வேளையில் ஒட்டகத்தையும் செருப்புகளையும் பெற்றிருக்க முடியாது. இவ்வார்த்தைகளை அலட்சியப்படுத்தினேன். இப்போது என் தந்தையிடமும் அந்த யுவதியிடமும் என்ன சொல்வது?"

அவன் வந்து சேர்ந்த போது அநேகமாக இருட்டி விட்டது. "தனியே நடந்தா வருகிறாய்? ஒட்டகத்தைக் காணோம்?" என்று வினவினார் தந்தை.

"என்னிடமிருந்து திருடு போய்விட்டது"

தந்தையின் ஆவேச வார்த்தைகள் வெளிப்படும் முன், "எனக்காக எதையேனும் கொண்டு வந்திருக்க வேண்டுமே?" என்றாள் யுவதி.

"ஹொனீமின் செருப்புகளைக் கொண்டு வந்திருக்கிறேன்" என்று கூறி அங்கியில் தேட அவை மாயமாகிப் போயிருந்தன.

"அவை மறைந்துள்ளன. ஒரு மந்திரவாதியால் முட்டாளாக்கப்பட்டுள்ளேன். எனது தவறுதான். அவர் எச்சரித்தார், நான் கேட்காது போனேன்."

அவள் சிரித்தாள். தந்தை சிரித்தார். கூடாரத்திலிருந்த அனைவரும் சிரித்தனர். அதிலிருந்து ஒருவன் முட்டாள் தனமான காரியம் செய்யும் போதெல்லாம் அவன் ஹொனீமின் செருப்புகள் தவிர வேறெதுவும் கொண்டுவரவில்லை என்று கூறுவதை மக்கள் வழக்கமாகக் கொண்டனர்.

குறிப்புகள்:

1. தேவதைக் கதைகள், கட்டுக்கதைகள், வீரதீர சாகசக் கதைகள் என யூதர்கள் வளமான வாய்மொழிக்கதை மரபைக் கொண்டிருப்பவர்கள்.
2. வரலாறெங்கிலும் யூதர்கள் புலம் பெயர்தலும் புலம்பெயர்ந்த நிலங்களில் ஒதுக்கப்படுவதும் பரிகசிக்கப்படுவதும் நடந்துள்ளன. ஜெர்மனியில் பேரழிப்புக்கு உள்ளானது உட்பட.
3. இந்த வாய்மொழிக் கதை அரபிகளான நாடோடிச் சமூகத்தவருக்கும் யூதர்களுக்கும் இடையிலான முரணைப் பிணக்கை நாடக பாணியில் சொல்கிறது. யூதரிலும் செருப்புத் தயாரிப்பவரை ஒரு பிரதிநிதியாக்கி அவர்படும் அவமதிப்பை, யூதநாயே என்னும் வசையை ஏற்க நேர்வதை பதிவு செய்கிறது ஆனாலும் அப்பாத்திரம் மதிநுட்பம்மிக்கது, மாய ஆற்றல் நிரம்பியது என்பதைச் சொல்லத் தவறவில்லை.
4. இறுதியில் அவமதிப்புக்கு உள்ளாகுபவன் அரபியாகவே இருக்கிறான்.
5. மற்ற கலாச்சாரங்களில் உள்ள யூத அவமதிப்பை யூத கலாச்சாரமே ஆவணப்படுத்தியிருப்பதற்கு இதுவொரு சான்று. பரிகாசம், ஏளனம், வேடிக்கை உணர்வுகள் யூத வாய்மொழிக் கதைகளில் ஏராளம். அத்துடன் யூதரின் புனித நூல்களான தால்முட், மித்ரஸ் ஆகியவற்றில் இடம் பெறும் குட்டிக் கதைகளை அடிப்படையாக வைத்தும் நிறைய கதைகள் உருவாகியுள்ளன.

ஆதாரம்:

Jewish Fairy Tales and Fables /Aunt Naomi / Robert Scolt Roxburghe House 1908.

வடகிழக்கு மாநிலங்களின் வாய்மொழிக் கதைகள்

(1) சூரியனும் சேவலும்

பூமி முதலில் படைக்கப்பட்டதும் சூரியனின் பிரகாசம், வெப்பம் பற்றி எல்லா உயிரினங்களும் வருந்தின. சூரியன் இல்லாது போனாலும் தாம் மகிழ்ச்சியாயிருக்க முடியும் என்றெண்ணின. தாங்கள் சொல்லும் வரை பூமிக்குத் திரும்ப வேண்டாம் என்றதும் கோபத்துடன் சூரியன் போய்விட்டது.

இப்போது பூமியெங்கும் இருள். சிறிது காலம் உயிரினங்கள் மகிழ்ச்சியாகயிருந்தன. தொந்தரவின்றித் தூங்கின. ஆனால் அவற்றுக்கு உணவு கிடைப்பது நின்று போகவே பட்டினி கிடந்தன. இந்நிலையை வரவழைத்துக்கொண்டமைக்காக ஒன்றையொன்று குறைகூறிக்கொண்டன. கடைசியில் தம் சார்பில் ஒருபிரதிநிதியை சூரியனிடம் அனுப்பத் தீர்மானித்தன. மனிதர், விலங்குகள், பறவைகளின் பிரதிநிதிகள் சூரியனிடம் சென்று மன்றாடினர். 'என் கடமையைச் செய்தபோது புகார் கூறினீர்கள். நன்றி பாராட்டாது போனாலும் குறை சொல்லக்கூடாது. குறை சொன்னீர்கள். நீங்களாகவே சமாளித்துக்கொள்ள வேண்டியதுதான்' என்று சூரியன் தீர்க்கமாகக் கூறி, பிரதிநிதிகளை அனுப்பிவிட்டது.

அடுத்து தமது சரியான பிரதிநிதியாகச் சேவலைத் தெரிவு செய்தனர். சர்ச்சைக்கு அப்பாற்பட்டது, தீங்கற்றது, மரியாதைமிக்கது, நல்ல தோற்றமுடையது, சாமர்த்தியம்

நிறைந்தது என்பதால். சேவல் சூரியனிடம் போய் முறையிட்டது. 'வல்லமை மிக்க சூரியனே நீ பலசாலி மட்டுமல்ல, அன்பும் கனிவும் மிக்கவன். பிரதிபலன் பாராது உன் கடமையைச் செய்து வருகிறாய். எங்களது அறியாமையால் இப்போது அனுபவிக்கிறோம். தவறை உணர்ந்துகொண்டோம். இனிமேல் அப்படிச் செய்யமாட்டோம். அனைத்திற்கும் உயிரளிப்பவனான நீ மாட்சிமையுடனும், கண்ணியத்துடனும் திரும்புகிறாய் என்று அறிவிப்பேன். இனி நீ தொடுவானில் தோன்றும் போதெல்லாம் பனித்துளிகள் மண்ணில் விழும், மலர்கள் மலரும், உனக்கு மரியாதை செலுத்தும் வகையில்.'

இவ்வார்த்தைகள் சூரியனுக்கு நெகிழ்ச்சியைத் தரவே 'சேவலே உன்னைப் போல உயிரினங்கள் இருந்துவிட்டால், நான் திரும்பிவிடுவேன். ஆனால் அப்படி இல்லையே, சொற்பமாகத்தான் இருக்கிறீர்கள்' என்றது.

பாதிக்கு மேல் சூரியனது சீற்றம் தணிந்து விட்டதை உணர்ந்துகொண்ட சேவல், இன்னும் பக்குவமாயும் நிதானமாயும் கெஞ்சியது. 'சூரியனே நீ சீக்கிரம் திரும்பாது போனால் முதலில் சின்னஞ்சிறு உயிர்கள் மடியும். பிறகு பெரிய விலங்குகள், அப்புறம் மனிதர்கள். முழு விநாசமாகவிடும். இப்போது உன்னை வரவேற்க எல்லாம் காத்திருக்கின்றன.'

மறுநாள் திரும்புவதாகச் சூரியன் உறுதியளித்தது. எல்லா உயிரினங்களுக்கும் நம்பிக்கை பிறக்க, மகிழ்ந்துகொண்டாடின. சேவலை அன்றைய நாயகனாக்கிப் பாராட்டின. பாதாளத்திலிருந்து மாட்சிமையுடன் சூரியன் திரும்பிற்று. சூரியன் எழுவதற்குள் சேவல் கூவிற்று. இதனால் உதயத்திற்கு முன்னும் மறைவுக்குப் பின்னும் சேவல் கூவுவது உண்டானது. அது தொடர்கின்றது.

(2) சொர்க்கமும் பூமியும்.

முதலில் குஜூம்–சாண்டு எனப்படும் பூமி மனிதரைப் போன்றே இருந்தது. தலை கை கால்கள், பெரிய அடிவயிறு என. மனிதர்கள் அதன் அடிவயிற்றின் மேற்பரப்பில் வாழ்ந்தனர்.

தான் எழுந்து நின்று நடந்தால் ஒவ்வொருவரும் விழுந்து மடிந்து போவார்கள், தானும் இறந்துபோவோம் என்பது

தோன்றியது பூமிக்கு. அதன் தலை, பனி கவிந்த மலைகளாயின. முதுகெலும்புகள் குன்றுகளாயின. அதன் நெஞ்சம் அபா–டானிஸ் வசிக்கும் பள்ளத்தாக்கு ஆயிற்று. அதன் கழுத்திலிருந்து டாகின்களின் வடக்குப் பிரதேசம் வந்தது. அதன் பின்புறங்கள் அஸ்ஸாம் சமவெளி ஆகின. அவை கொழுத்திருக்கவே, அஸ்ஸாம் வளப்பமிக்க மண்ணைப் பெற்றது. அதன் கண்கள் சூரிய சந்திரர் ஆயின. அதன் வாயிலிருந்து பிறந்த குஜூம்–பொப்பி சூரிய சந்திரரை வானத்திற்கு அனுப்பிற்று.

(3) சூரியனும் சந்திரனும்

முதலில் கெங்கு இருந்தது. அது என்னவென்றோ; எப்படி இருந்ததென்றோ யாராலும் சொல்ல இயலவில்லை கெங்குவிடமிருந்து மண் உருண்டை வடிவில் வியூ என்னும் பெண் பிறந்தது. அப்புறம் பூமியிலிருந்து அபோதனி பிறந்தது. தான், 'மடியப்போகிறேன் நீ மனித சமுதாயத்தைப் பெற்றெடுக்க வேண்டும்' என்றது பூமி. 'நீ மடிந்துவிட்டால் மனிதரெல்லாம் எங்கே வாழ்வர்? எல்லாம் இருண்டுவிடும், எங்களுக்கு உணவும் நீரும் எங்கிருந்து கிடைக்கும்? என்று வினவியது அபோதனி.

'என் தொடைகள் பூமியாகும்; அதன் மீது நீங்களெல்லாம் போய்வரலாம்; சாகுபடி செய்யலாம்; என் கண்கள் சூரிய சந்திரராகும்; என் குருதி நீராகும்' என்றது குஜூம்சாண்டு.

(4) அபோதனி

அந்நாட்களில் டோய்னி, போலோ மற்றும் ஸி என்னும் வியூக்கள் வசித்தனர். இவர்களில் ஸி வலுவும், கொடூரமும் மிகுந்திருந்தான். டோய்னி மற்றும் போலோவிடம் சச்சரவு செய்து வந்தான். ஒருநாள் ஸியின் மெய்க்காவலன் டாமுவை டோய்னியையும் போலோவையும் விழுங்கிவருமாறு ஸி சொன்னான். டாமு தவளை வடிவம் பூண்டான். தம்மை அது நெருங்குவதைக் கண்ட டோய்னியும் போலோவும், 'உனக்கு கோழிகள், நாய்கள், பூனைகளைத் தருகிறோம். எங்களைத் தின்னாது இருந்தால் டாய் மற்றும் கிரா இவைகளைத் தருகிறோம்' என்றன. ஆனால் டாமு அதனைக் கேட்டுக் கொண்டதாகவே தெரியவில்லை.

அப்போது வியூக்களின் புரோகிதரான கர்ச்சா டாமுவிடம், 'டோய்னியையும் போலோவையும் தின்றுவிடாதே. தாம் வாக்குறுதி அளித்தவற்றை அவர்கள் தராது போனால் நான் தருவேன் என்றது. 'நல்லது, அவற்றை நீ தந்துவிட்டால், டோய்னியையும் போலோவையும் ஒன்றும் செய்யமாட்டேன் என்றான் டாமு. இப்படி கர்ச்சா சமரசம் செய்து வைத்தார். அபோதனி டாமுவுக்கும் கர்ச்சாவுக்கும், டோய்னிக்கும் போலோவுக்கும் படையல்கள் போட்டது.

ஆனால் கொடூரமானவனான டாமு அவ்வப்போது டோய்னியையும் போலோவையும் விழுங்க முயல்வதும் சிலவேளைகளில் அதில் வெல்வதுமாக இருக்கிறான்.

5

ஒருநாள், சூரியன் தன் சகோதரன் சந்திரனுடன் விளையாடிக்கொண்டிருந்த போது, புதருக்கு அடியில் மிதுனின் சடலத்தைக் கண்டது. சந்தோஷப்பட்ட அவை அந்த இரையை எப்படிப் பங்கிட்டுக்கொள்வது என்று விவாதித்தன. அதனைக் கூறு போட்டதும், 'உன் பங்கினை எடுத்துக்கொண்டு போ, நான் என்னுடையதை எடுத்துக்கொள்வேன் என்றது சந்திரன் சூரியனிடம். எனவே தன் பங்கினை எடுத்துச் சென்ற சூரியன், தன் தந்தையுடன் அதனைப் பகிர்ந்துகொண்டது. நிலவோ தன் பங்கினை வழியிலேயே தின்றுவிட்டது. வெறும் கையுடன் வந்த நிலவிடம் மாமிசம் எங்கே என்று கேட்டார் அதனுடைய தந்தை. தன் பங்கு முழுவதையும் தின்றுவிட்டதாகக் கூறியது சந்திரன். ஆத்திரத்தில் அதன் தந்தை அதனை அடித்து உதைத்த போது, சந்திரனின் ஒரு கண் வெளியே வந்துவிட்டது. ஒரு கண் இல்லாது போனதால் சந்திரனின் வெளிச்சம் சூரியனின் வெளிச்சத்தை விடக் குறைந்துள்ளது.

6

சூரியன் உருவாக்கப்படும் முன்பு, முந்தைய சூரியன் ஒன்று இருந்தது. டாச்சா உண்ட்ரேவுக்கும் அதன் மகன் அரிஉண்ட்ரேவுக்கும் இடையே அடிக்கடி சச்சரவுகள் நடந்தன. ஒருநாள் பயங்கரச் சண்டையில் மகன்மீது அம்பை எறிந்து கொன்றுவிட்டது டாச்சாஉண்ட்ரே. அரிஉண்ட்ரேயின்

உடலிலிருந்து பாய்ந்த குருதி நெருப்பாயிற்று; எலும்புகள் இரும்பாயின.

அரிஉண்ட்ரேயின் மீது பாய்ந்த அம்பு அதன் கண்களில் ஒன்றைத் துளைத்துச் செல்லவே மகன் மடிந்து போனான். எஞ்சிய ஒரு கண் பிரகாசமாய் சூரியன் போலவே ஒளிர்ந்தது. இப்போது ஆகாயத்திற்குச் சென்ற அது, நமது சூரியனைப் போல திரிந்து வந்தது. ஆனால் அது மிகவும் வெப்பமாக யிருக்கவே, மரங்களும் புற்களும் கருகின, மனிதர்கள் மடிந்தனர்.

வியூ மிட்டோ கொஜிமுக்கு ஒரு மகனும் மகளும். கொஜிம் லுடி, கொஜிம் டேகர் என்பன அவர்களது பெயர்கள். ஒருநாள் இருவரும் விளையாடிக்கொண்டிருந்த போது, சூரியன் ஆகாயத்திற்கு வந்தது. இருவருக்கும் ஒளிந்து கொள்ள நேரமில்லாததால், சூரிய வெப்பத்தில் சாம்பலாகி இறந்துவிட்டனர்.

இதனைக் கண்டு சினமுற்ற மிட்டோகொஜிம், எவ்வளவு பெரியவனாயிருக்கிறாய், ஆனால் எவ்வளவு அகங்காரம் கொண்டிருக்கிறாய் பார் என்னுடன் சண்டையிட விரும்புகிறாயா? இல்லாது போனால் உன்னைக் கொன்று போடுவேன்' என்றது. சூரியன் பதிலளிப்பதற்குள் தன் துப்பாக்கியால் அதனைச் சுட்டுக் கொன்றது. அப்போது உலகமெல்லாம் இருண்டு போயிற்று. அப்புறம் புதிய இதமான சூரியன் ஆகாயத்திற்கு வந்தது.

குறிப்புகள்

1. ஏழு வடகிழக்குச் சகோதரிகளில் 'நாகாலாந்து மற்றும் 'அருணாசலபிரதேசம்' என்னும் இரு சகோதரியரின் மக்களிடையே வழங்கப்படும், மனிதர், விலங்குகள், பறவைகள் மற்றும் இயற்கையாற்றல்கள் உருவானது பற்றிய வாய்மொழிக் கதைகள் இவை. எழுத்து மரபில் இதே தன்மையான கதைகள் அமானுஷ்யமாக விவரிக்கப்பட்டிருக்கும்... வாய்மொழி மரபில் மிக இயல்பாகச் சொல்லப்படும். அத்துடன் மனிதன், இயற்கையுடனும் ஒட்டுமொத்த பிரபஞ்சத்துடனும் கொண்டுள்ள உறவுநிலையும் விளக்கப்படும். இன்றைய சுற்றுச்சூழல் சொல்லாடல்

இம்மரபிலிருந்து கற்றுக் கொள்ள நிறையவே இருக்கின்றது. சூரியனும் சேவலும் நாகாலாந்து மக்களுடையது. மற்றவை அருணாசல பிரதேச மக்களுடையவை.

2. அருணாசல மக்கள் வாய்மொழிக் கதைகள் 'வெரியர் எல்வின்' என்னும் புகழ்பெற்ற மானுடவியலாளரால் தொகுப்பட்டவை. பிரிட்டிஷார் காலத்தில் இந்தியாவின் கிழக்கில் நிர்வாகியாக இருந்து, நேரு காலத்தில் ஆய்வாளராக மானுடவியலாளராக விளங்கியவர். இந்தியப் பழங்குடிப் பெண்ணை மணந்துகொண்டு வாழ்ந்தவர். திருச்சபை குரு மரபினை எதிர்த்து பிஷப் பொறுப்பைத் துறந்து பின் பௌத்தத்தின்பால் ஈர்க்கப்பட்டவர். "பழங்குடி மக்கள் காட்டுமிராண்டிகள், ஒழுக்கமில்லாதவர்கள், வன்முறைச் செயல்களில் ஈடுபடுபவர்கள், மாறுபட்ட பாலியல் உறவு முறை கொண்டுள்ளவர்கள் எனப் பலவாறாகக் கருத்து நிலவிய காலத்தில் எர்வினின் எழுத்துக்களால் நகர்வாழ் இந்தியர்களிடையே பழங்குடிப் பண்பாடு பற்றிய மாற்று மதிப்பீடு பரவத் தொடங்கியது. "எனக்கு மிகவும் பிடித்தமான ஓவிய நிபுணர்களின் சித்திரங்களைப் பார்ப்பதன் மூலம் நான் மேற்கொண்ட அனுபவத்தை விட, அதிகமான அழகு உணர்ச்சி கொடுக்கும் அனுபவத்தைப் பழங்குடி மக்கள் என்னிடம் தோன்றும்படி செய்தார்கள். பழங்குடி மக்களில் பலர் இணையற்ற எழில் நிறைந்த சூழ்நிலையில் வாழ்கிறார்கள்" என்பார்.

3. "சொர்க்கமும் பூமியும் கதை கள்ளங்கபடமற்ற வெகுளித்தனத்தின் வெளிப்பாடு என்றால், 'சூரியனும் சந்திரனும்' மனிதர் உள்ளிட்ட அனைத்து உயிர்களுக்கும் பூமி தாயின் பாத்திரத்தை வகிப்பது என்பதைச் சொல்லும்.'

4. 'இந்த வாழக்கை முழுவதிலும் நான் ஒரு இயக்கம், பழங்குடி மக்களில் ஒரு பகுதியினர் அல்லது ஒரு குறிப்பிட்ட மனிதர் போன்ற விஷயங்களில் தான் அதிக சிரத்தை எடுத்துக்கொண்டு வந்திருக்கின்றேன். உலகம் முழுவதுமே விரும்பத்தக்க இடம்தான் என்று எனக்குத் தோன்றுகிறது. எல்லா மனிதர்களும், நாம் நன்றாகப் பழகக் கற்றுக் கொண்டால் நல்லவர்கள் என்றே தோன்றுகிறது – வெரியர் எல்வின்.

5. *5ஆவது கதையில் தந்தை மகனை அடித்து உதைத்து ஒரு கண்ணை 'இழக்கும்படி செய்துவிடுகிறார். 6ஆவது கதையில் தந்தை அம்பெறிந்து மகனைக் கொன்றுவிடுகிறார். பொதுவாகப் பழங்குடிச் சமூகங்களிலும் புராதனச் சமூகங்களிலும் தந்தைக் கொலை (Patricide) பற்றியே பிராய்ட் பேசுகிறார்*, "ஒரு மகனுக்கு வழமையாக மற்றமையாக இருப்பவர் தந்தையே, ஆக தாக்குதல் என்பது, வெறுப்புக்கு உள்ளான தந்தைக்கு எதிராக மரண ஆசையின் சுயதண்டனையே என்கிறது உளவியல் பகுப்பாய்வு", இந்திய மரபில் இது தலைகீழாகக் காணப்படுகிறது.

ஆதாரங்கள்

1. The Eye No2, II 1993
2. எல்வின் கண்ட பழங்குடி மக்கள் – தமிழில் சிட்டி, விழுதுகள் 1967.

ஸ்காட்லாந்து நாட்டு வாய்மொழிக் கதைகள்

(1) நரியும் வாத்தும்

ஒருநாள் நன்றாகக் கொழுத்திருந்த வாத்து ஒன்று ஏரிக்கரையோரம் தூங்கிக்கொண்டிருந்த போது நரியொன்று பிடித்துவிட்டது. அதன் இறக்கையைப் பிடித்தபடி, அது திக்குவதையும் பொறுமுவதையும் பயந்து நடுங்குவதையும் பார்த்து வேடிக்கை செய்தது. "இப்போது நான் உன்னை வைத்திருப்பது போல நீ என்னை வாயில் கவ்விக்கொண்டிருந்தால், என்ன செய்திருப்பாய்?" என்று கேட்டது. "அப்போது நான் என் கைகளைக் குவித்துக்கொள்வேன், கண்களை மூடுவேன், பிரார்த்தனைச் செய்வேன், அப்புறம் உன்னைத் தின்பேன்" என்றது வாத்து. "அதையே நான் செய்யப் போகிறேன்" என்று கூறி அடக்கமிக்கதாகக் காட்டிக்கொண்டு, கண்களை மூடியவாறு பிரார்த்தித்தது நரி. இப்போது பறந்து போய்விட்ட வாத்து, ஏரி மீது பாதி தூரம் போய்விட்டிருந்தது. இப்போது நரியின் இரவு நேர உணவுக்கு உதட்டை நக்குவதைத் தவிர வேறுவழியில்லை. "இனிமேல் ஒரு விதிவகுத்துக் கொள்வேன், என் வயிற்றில் கறி வெதுவெதுப்பாய்க் கிடப்பதை உணராதவரை, பிரார்த்தனை செய்யமாட்டேன்" என்று உறுதி எடுத்துக்கொண்டது நரி.

(2) கவிஞனா? கோமாளியா?

ஒருநாள் பர்ன்ஸும் பேகனும் விடுதியொன்றில் பேசிக்கொண்டிருந்தபோது லெட்ஹில்ஸிலிருந்து ஒருவன்

வந்தான். சிறிது நேரத்தில் பர்ன்ஸ் எழுந்து போய்விட்டான். அவன் யாரென்று வினவினான் புதிதாய் வந்தவன். அவனொரு கவிஞன் என பேகன் கூற, இல்லை அவனொரு கோமாளிதான் என்கிறான் புதியவன். இதனை ஒட்டுக்கேட்டு விடுகிறான் பர்ன்ஸ். அப்போது பர்னஸ் இங்கு வந்ததும் அவன்மீது பாடல் கட்டுவான் என ஒரு ஒயின் போத்தலைப் பந்தயம் கட்டுகிறான் பேகன். அப்படியே பர்ன்ஸ் வந்ததும் பாட்டு கட்டுமாறு கூறப்படுகிறது. புதியவனின் பெயரென்ன, பிறந்தது எப்போது என பர்ன்ஸ் கேட்க, தன்பெயர் ஆண்ட்ரூ ஹோர்னர் பிறந்தது *1739*இல் என்கிறான் புதியவன். இப்போது பர்ன்ஸ் இட்டுக்கட்டிய பாடல் இப்படி –

'ஆயிரத்து எழுநூற்று முப்பத்தொன்பதாம் ஆண்டிலே ஒரு பன்றியை உருவாக்கிட சந்தர்ப்பம் வந்தது சாத்தானுக்கு. ஒரு மூலையில் எறிந்து ஆண்ட்ரூ ஹோர்னர் என்றழைத்தது அதனை'

(3) விடையில்லாப் புதிர்

ஒரு குருடன் முயலொன்றைப் பார்த்தான். ஓர் ஊமை கேட்டான் 'எங்கே?

ஒரு முடவன் ஓடிப்போய் பிடித்தான். அம்மணமா யிருந்தவன் அதனைத் தன் சட்டைப் பையில் போட்டுக் கொண்டான்.

(4) உரையாடலில் ஒரு கதை

"காலை வணக்கம், நல்லவனே"

"நான் நல்லவனில்லை, புதிதாய் மணமானவன்"

"அப்படியா, அது நல்லது"

"நீ எண்ணுவது போல் அவ்வளவு நல்லதில்லை"

"அப்படியானால்?"

"எனக்குக் கிடைத்திருக்கும் மனைவி சூதுவாதானவள்"

"விஷயம் இப்படியா, அது மோசம்"

"நீ எண்ணுவது போல் அவ்வளவு மோசமில்லை"

"பிறகு?"

"நல்லதொரு வீடு வைத்திருந்தாள்"

"அது நல்லதே"

"நீ எண்ணுவதுபோல் அவ்வளவு நல்லதில்லை"

"அப்புறம்?"

"தீப்பற்றி வீடு நாசமானது"

"அது மோசமே"

"நீ எண்ணுவது போல் அவ்வளவு மோசமில்லை"

"அப்படியானால்?"

"சூதுவாதான மனைவி எரிந்துபோனாள்"

குறிப்புகள்

- ஸ்காட்லாந்து செழுமையான வாய்மொழிக் கதைகளின் மரபைக் கொண்டுள்ள நாடு. அதுபோலவே நாட்டார் இசைப் பாடல்களையும் கொண்டிருப்பது. Back Pipers என்னும் நாட்டார் மரபு இசைக்கருவி இந்நாட்டுக்குரியது.

- வழக்கமாக வாய்மொழி மரபில் வாத்து முட்டாளாகவே காட்டப்படும். நரி புத்திசாலியாயிருக்கும். இங்கே வாத்து புத்திசாலித்தனமிக்கதாயிருக்கிறது.

- கவிஞனா? கோமாளியா?வில் குறும்பும் விஷமமும் சேர்ந்து அதிரடி நகைச்சுவையைத் தந்துவிடுகிறது.

- விடையில்லாப் புதிர் புதிர்களைப் போடுகிறது. ஆனால் அவை பதில்கள் இல்லாத புதிர்கள். இப்படி ஒரு வாய்மொழி மரபு.

- அதுபோலவே உரையாடலில் ஒரு கதை. கதை கேட்பவன் எந்த முடிவுக்கும் வந்துவிடாதபடி கதைத் தொடர்ந்து கொண்டே போகிறது. அதிலுள்ள வேடிக்கை இறுதிவரியில் வெடித்துவிடுகிறது. வாழும்போது மகிழ்ச்சியாயிரு,

ஏனெனில் நீண்டகாலமாக இறந்துபோயிருக்கிறாய், என்னும் பழமொழி ஸ்காட்லாந்துக்கு உரியது.

- வாய்மொழி மரபில் இவ்வளவு வகைமைகளும் இருக்க முடியுமா என்று வியக்க வைக்கிறது ஸ்காட்லாந்து நாட்டார் கதைகள்.

ஆதாரம்

Scottish Tradition David Buchan Routledge&Kegan Paul-1984.

ரஷ்ய தேவதைக் கதை

இளவரசன் பீட்டரும் மாயாவியும்

மிக மிகப் பழங்காலத்திலே, கடவுளின் உலகிலே மாயாவிகளும் அரக்கர்களும் நிறைந்து, ஆறுகளில் இனிமையான பால் ஓடிய போது, பெல் – பெனியானின் என்ற அரசரும் அவரது மனைவியும் மூன்று பிள்ளைகளும் வசித்து வந்தனர். அலெக்ஸி, மிட்ரி, பீட்டர் என்னும் பெயருடைய அம்மூன்று பிள்ளைகளும் புத்திசாலிகளாய் விளங்கினர்.

ஒருநாள் 'ஸ்டெப்பி புல்வெளியில் உலவிக்கொண்டிருந்த அரசி, அரண்மனைக்குத் திரும்பாது மாயமாகிவிட்டாள். என்ன ஆனாள் என்று தெரியவில்லை, அரசியை ஒரு மாயாவி கடத்திச் சென்றுள்ளான். காஸ்ட்செய் என்னும் – அம்மாயாவியின் நாடு ஒன்பது நாடுகளைத் தாண்டி யிருக்கிறது. யாரும் அவனைப் போரில் வெல்ல முடியாது. யாரும் எளிதில் சென்று சேர முடியாதபடி மலைமுகடுகளின் மீதுள்ள அவனது அரண்மனைகள் மாயம் நிறைந்தவை. காஸ்ட்செயின் உயிர் ரகசியமாக வைக்கப்பட்டிருப்பதால் யாராலும் கொல்ல முடியாது. எனவே மன்னர் இன்னொரு திருமணம் செய்துகொள்வது நல்லது என மூத்த அமைச்சர் ஆலோசனை கூறுகிறார்.

இந்த யோசனை மன்னரை மேலும் வருந்த வைக்கிறது. தன் மனைவியைப் பெரிதும் நேசித்த அவரால் இன்னொரு திருமணத்தை நினைத்துப் பார்க்க இயலவில்லை. எனவே பொன்னும் பொருளும் கொடுத்து அரசியை மீட்டுவரும்படி தளபதிகளையும் வீரர்களையும் அனுப்புகிறார், என்றாலும் அரசியைப் பற்றிய தடயம் கிடைக்கவில்லை.

இதனால் மூத்த மகன் அலெக்ஸி, தன்னால் தாயை மீட்டுவர முடியும் என்று முன்வருகிறான். வேண்டிய பொன்னும் பொருளும் வீரர்களும் தந்து அனுப்பி வைக்கிறார் மன்னர்: மூன்று நாள் பயணித்து இரண்டாவது நதியை அடைகிறான். அங்கிருக்கும் படகோட்டி மரத்தின் அளவுக்கு உயரமாக, வெள்ளிக் கவசத்துடன், அலெக்ஸிக்கு மயக்கம் வந்துவிடும் அளவுக்கு இருக்கிறான். பயந்து தன் நாட்டிற்குத் திரும்பி விடுகிறான் அலெக்ஸி.

அலெக்ஸி வலக்கையை இழந்து தாயைக் கண்டு பிடிக்காமல் திரும்பிவரவே, மன்னர் வருத்தப்படுகிறார். இப்போது டிமிட்ரியை அனுப்புகிறார். வேண்டிய பொன்னும் பொருளுடனும் பாலைவனம் போன்ற பகுதிக்கு அவன் வந்து சேரும்போது ஒரு கிழவி எதிர்ப்படுகிறாள். எதிலிருந்தும் தப்பி வருகின்றாயா? அல்லது யாரையும் சந்திக்கப் போகின்றாயா? என்று வினவுகிறாள்.

"ஒருவரைச் சந்திக்கப் போகிறேன். மாயாவி காஸ்ட்செயின் இடத்தை அடைய வேண்டும்."

"இதுதான் வழி, உன்னால் போய்ச் சேர முடியாது"

"ஏன் முடியாது?"

"மூன்று நதிகைளக் கடக்க வேண்டும். படகோட்டிகளுக்குப் பெரிய விலையைத் தந்தாக வேண்டும்"

டிமிட்ரி அக்கிழவியிடம் இரண்டு தங்கத்துண்டுகளை எறிந்துவிட்டு, என்னிடம் தேவையான பொன் இருக்கிறது என அலட்சியமாகக் கூறிக்கொண்டே போகின்றான். முதல் நதியைக் கடந்ததும் படகோட்டி டிமிட்ரியின் வலக்கையைத் துண்டித்து விடுகிறான். இரண்டாவது நதியின் படகோட்டிக்கு வலது பாதத்தை விலையாகத் தர வேண்டும். வலக்கை போய்விட்டது. நாட்டை ஆள்வதற்கு இடது பாதம் ஒரு பொருட்டில்லை என்று சம்மதிக்கின்றான். அப்படியே மறுகரையை, அடைந்ததும், இடது பாதத்தை இழக்கின்றான்.

ஒருநாள், இரண்டுநாள், மூன்றுநாள் எனப் பயணிக்க மூன்றாவது நதி வந்து சேருகிறது. இந்தப் படகுக்காரனைப்

பார்த்த மாத்திரத்தில் நம்பிக்கை இழந்து பயந்துவிடும் டிமிட்ரி நாடு திரும்பி விடுகிறான்.

இப்போது மூன்றாவது மகன் பீட்டர் முன்வருகிறான். தனக்குப் பொன்னும் பொருளும் வீரர்களும் வேண்டாம். ஒரு குதிரையும் வாளும் போதும் என்று புறப்பட்டு விடுகிறான். தந்தையின் ஆசியுடன்.

ஒருநாள், இரண்டுநாள், ஒருவாரம், ஒரு மாதம், மூன்று மாதம் எனப் பயணித்து காட்டின் விளிம்பை அடைகையில், ஒரு கிழவனையும் கிழவியையும் சந்திக்கின்றான். தன் பயண நோக்கத்தைக் கிழவனிடம் கூற, காஸ்ட்செயை அடைய முடியாது என்கிறான் கிழவன்.

"ஏன் முடியாது?"

"ஏனெனில் கடப்பதற்கு மூன்று நதிகள் உள்ளன. படகோட்டிகளுக்குப் பெரிய விலையைத் 'தரவேண்டிவரும். முதல் படகோட்டி வலக்கையை எடுத்துக்கொள்ள இரண்டாம் படகோட்டி இடது பாதத்தை எடுத்துக்கொள்ள மூன்றாவது நபர் தலையைத் துண்டித்துக்கொள்வான்"

"ஒருமுறைதான் ஒருவன் இறக்கின்றான்"

"சரி, நீ வீரனாயும் அடக்கமுள்ளவனாயும் இருக்கிறாய். மூன்று நதிகளையும் தாண்டிவிட்டால், பெரிய மலை வரும்வரை நேராகப் போ. அங்கே காஸ்ட்செயின் அரண்மனைகள் நான்கு உண்டு. அடிவாரத்தில் இரும்புக் கதவுடன் குகை இருக்கும். உள்ளே போனால் நான்கு இரும்பு வளைநகங்கள் தென்படும். கைகளிலும் மாட்டிக்கொண்டால், மலை உச்சிக்கு போய்விடலாம்"

பீட்டர் அவர்களிடம் விடைபெற்று முதலாவது படகோட்டியை அடைந்தான். மறுகரையை அடைந்த மாத்திரத்தில் படகோட்டி தன் வாளை உயர்த்தும் போது, அவனைத் தடுத்து நிறுத்தும் பீட்டர் தன் வாளை அவன் நெஞ்சில் செருகி வீழ்த்திவிடுகிறான்.

இதேபோல இரண்டாவது படகோட்டியையும் வீழ்த்தி, மூன்றாவது படகோட்டியிடம் வருகின்றான். அவனையும்

அப்படியே வீழ்த்திவிடுகிறான். குகைக்கு வருகின்றான். இரும்பு வளைநகங்களை மாட்டி மலையேறுகிறான். ஒருமாத முடிவில் மலையுச்சியை அடைகிறான். முதலில் செப்புமாளிகை வருகிறது. அங்கே ஒரு பெண் செப்புத்தகட்டில் அலங்கார வேலை செய்துகொண்டிருக்கிறாள். அவளிடம் தான் வந்த நோக்கத்தைப் பீட்டர் தெரிவிக்கின்றான்.

"நானும் காஸ்ட்செயினால் கடத்தி வரப்பட்டவளே. இரண்டாவது மாளிகைக்குப் போனால் உன் தாய் கிடைக்கலாம். இந்த மாயாவியை வெல்ல முடியாது. இதுவரை வந்து சேர்ந்த முதல் வீரன் நீதான். நீ வெற்றி பெற்றால் என்னையும் அழைத்துச் செல், மறந்துவிடாதே"

அவளுக்கு உறுதியளித்துவிட்டு இரண்டாவது மாளிகையை அடைகிறான். அது வெள்ளி மாளிகை. வெள்ளித்தறியில் வெள்ளி நூலால் நெய்துகொண்டிருக்கிறாள் ஒருத்தி. மூன்றாவது மாளிகையில் பீட்டரின் தாய் இருக்கக்கூடும் என்று கூறி வெற்றி பெற்றுத் திரும்பினால் தன்னையும் அழைத்துச் செல்ல வேண்டும் என்கிறாள்.

மூன்றாவது மாளிகை பொன் மாளிகை. 'பொன்னிழையால் அலங்காரவேலை செய்து கொண்டிருக்கிறாள் ஒருத்தி. பீட்டரின் தாய் நான்காவது மாளிகையில் இருக்கலாம். வெற்றி பெற்றுத் திரும்பினால் தன்னை அழைத்துச் செல்ல வேண்டும் என்று வேண்டுகிறாள். நாகத்தால் வளைக்கப்பட்டுள்ள தோட்டத்தில் இருப்பது நான்காவதான முத்து மாளிகை. "இம்மூலிகையால் நாகத்தை வசியப்படுத்தி மாளிகைக்குள் போய்விடு" என்று அனுப்பி வைக்கின்றாள்.

அப்படி முத்து மாளிகையை அடைந்ததும் முத்துக்களால் அலங்கரிக்கப்பட்டு தன் தாய் இருப்பதைப் பார்த்து விடுகிறான். மகன் வந்துசேர்ந்ததில் மகிழும் தாய் இளைஞனான இவன் எப்படி இந்த மாயாவியை வெல்வான் என்று பயப்படவும் செய்கிறாள். அத்துடன் மாயாவியின் உயிர் இருக்கும் இடம் பற்றியும் அவளுக்குத் தெரியாது. படிப்படியாக அறிந்து கூறிவிட தைரியம் கொள்கிறாள். அதுவரை மகனைத் தந்திரமாக மறைத்து வைக்கின்றாள்.

ஒருநாள் வாசலருகேயுள்ள துடைப்பத்தில் தன் உயிர் உள்ளது என்றும், இன்னொருநாள் வேலியில் உள்ளது என்றும் ஏமாற்றிவரும் மாயாவி, அரசி உண்மையாகவே தன்னை நேசிக்கிறாள் என்று நம்பி, ரகசியத்தை வெளியிடுகிறான். "என் உயிர் இருப்பது ஒரு முட்டையில், முட்டை இருப்பது ஒரு வாத்திற்குள், வாத்து இருப்பது முயலுக்குள், முயலிருப்பது பௌயான் தீவுக்குளத்தில் மிதக்கும் மரக்கட்டையில்."

தீரத்துடன் அக்குளத்தை அடையுமுன் மணலில் தத்தளிக்கும் மீனையும், மரத்தினடியில் மாட்டிக்கொண்ட கரடியையும் வலையில் சிக்கிய நீர்நாயையும் காப்பாற்றுகிறான். பின்னர் மிதக்கும் மரக்கட்டையையும் அதிலுள்ள முயலையும் இவற்றின் உதவியால் பிடித்துவிடுகிறான். முயலை அடித்து நொறுக்க, வாத்து வருகின்றது. வாத்து இடும் முட்டையை எடுத்துக்கொண்டு, தாயிருக்கும் முத்து மாளிகைக்கு வருகின்றான் சிரமப்பட்டு. கடுகடுப்புடன் மாயாவி நெருங்கிவர பீட்டர் தன் கையிலுள்ள முட்டையை மெல்ல நசுக்க முதலில் மாயாவியின் கண்களிலுள்ள ஒளி மங்குகிறது. மாயாவியும் சாய்ந்து மடிகின்றான். அப்புறம் மாயாவியை எரித்துச் சாம்பலைக் காற்றில் தூவிவிடுகிறான். தாயுடன் மூன்று பெண்களையும் அழைத்துக்கொண்டு நாடு திரும்புகிறான்.

தாயைத் தந்தையிடம் ஒப்படைக்கிறான். பொன் மாளிகை யிலிருந்த பெண்ணைத் தான் மணந்துகொண்டு மற்ற இருவரைத் தன் சகோதரர்கள் மணக்குமாறு செய்கிறான். தந்தைக்குப் பிறகு நாட்டை ஆட்சி செய்கிறான். கர்வம் இல்லாத மன்னனை மக்கள் நேசிக்கின்றனர்.

குறிப்புகள்

1. ரஷ்ய மரபில். வாய்மொழிக் கதையை (சொல்லுதல்) SKA-ZKI என்கின்றனர். Fairy Tale என்னும் பிரிவை Wonder Tale என்கின்றனர்.
2. ரஷ்ய வாய்மொழிக் கதைகள் மிகத் தாமதமாக 18ஆம் நூற்றாண்டின் இறுதியில் தொகுக்கப்பட்டு, 19ஆம் நூற்றாண்டின் இறுதியில் ஆங்கில மொழியாக்கம் செய்து

வெளியாகின்றன. இதனால் Submerged fiction of the people எனப்பட்டது.

3. நவீன புனைவிலக்கியவாதிகளில் வாய்மொழி மரபின் சிறப்பினை உணர்ந்தவராக புஷ்கின் விளங்கினார். "நீலநிறக் கடலருகே பசிய ஓக் மரத்தைக் கண்டேன், அதன் கீழமர்ந்து கேட்டேன். கற்றறிந்த பூனை தன் கதைகளைச் சொல்லச் சொல்ல..." என்று ஓரிடத்தில் குறிப்பிட்டார்.

4. ஸ்லாவோனிய மக்கள் மத்திய ஆசியாவிலிருந்து தம் மூதாதையரிடமிருந்து பிரிந்து வந்து, கிறித்துவத்திற்கு முந்தைய தம் தெய்வ உருவங்களைப் படிவரிசைக்கு உட்படுத்திய புராதன தொன்மங்களில் காலம் வரை செல்லக்கூடியது ரஷ்ய் வாய்மொழி மரபு.

5. விளாடிமிர் பிராப்தான் ரஷ்ய வாய்மொழிக் கதைகளைப் பகுப்பாய்வு செய்து உலகத்திற்கு அறிமுகம் செய்து வைக்கின்றார். Morphology of the Folktale 1928 மற்றும் theory and history of folklore இரண்டும் அற்புதமான நூல்கள்.

6. 'சிரிக்கவே செய்யாத இளவரசி' கதையைப் பற்றிய விளக்கத்தில் புராதன சமூகத்தில் இறப்பின் போதும் இறுதிச் சடங்கின் போதும் சிரிப்பதுதான் வேதனை யிலிருந்து விடுவிக்கும் என்பதை மக்கள் சடங்கியல் தன்மையில் மேற்கொண்டதை ப்ராப் நினைவூட்டுவார். வருந்துவோரிடையே கோமாளிகள் இடம் பெற்றிருந்ததை எடுத்துக்காட்டுவார். சூரியனின் புதுப்பிரகாசமாகப் பிறப்பாக வாழ்வின் நிறைவாகச் சிரிப்பு கருதப்பட்டுள்ளது.

7. கிரிம் சகோதரர்களது ஜெர்மானிய தேவதைக் கதைத் தொகுப்பில் ஓர் இளவரசன் தவளை வடிவில் இருந்து பின் உருமாறினால், ரஷ்ய தேவதைக் கதைகளில் இளவரசி ஒருத்தி தவளையாயிருந்து உருமாறுகிறாள்.

8. தேவதைக் கதைகளைக் கேட்டு வளர்கின்ற குழந்தைக்கும் கதையைச் சொல்பவருக்கும் இடையிலுள்ள பந்தத்தையும் பின்னாட்களில் குழந்தையின் மனத்திலும் இருதயத்திலும் அக்கதைகள் ஏற்படுத்தும் தாக்கத்தையும் கதேயின் அம்மா இப்படிக் குறிப்பிட்டுள்ளார், "காற்று, நெருப்பு, பூமி

ஆகியவற்றை அழகான இளவரசிகளாக முன்வைப்பேன், இயற்கையிலுள்ள ஒவ்வொன்றும் ஆழமான அர்த்தத்தைப் பெறும்... நட்சத்திரங்களுக்கிடையே சாலைகளைக் கண்டுபிடித்தோம்... எவ்வளவு பெரும் ஆளுமைகளைச் சந்தித்தோம். தனக்கு அபிமானமுள்ள ஒரு பாத்திரத்தின் வாழ்க்கை சிக்கலுக்குள்ளானால் தன் விழிகளால் என்னை விழுங்கி விடுவதுபோலப் பார்ப்பான்..."

ஆதாரம்

Russian Wonder Tales/ Post Wheeler/ A&C Black Ltd, London, 1912 (1917) நூலிலிருந்து.

நன்றி: National Portrait Gallery, London.

கிரிம் சகோதரர்கள் தொகுத்த தேவதைக் கதை

பன்னிரண்டு சகோதரர்கள்

ஒரு காலத்திலே ஒரு ராஜா-ராணிக்கு 12 குழந்தைகள். அனைவரும் பையன்கள். "நீ 13ஆவது குழந்தையாகப் பெற்றெடுக்கப் போவது பெண்ணாக இருக்கும், 12 பையன்களும் இறந்துவிடுவார்கள். எல்லாச் செல்வமும் அரசும் பெண்ணுக்குப் போய்ச்சேரும்" என ராஜா ஒருநாள் ராணியிடம் கூறினார்.

மரத்தூள் போடப்பட்ட 12 சவப்பெட்டிகளையும் ஏற்பாடு செய்துவிட்டார். அனைத்தும் ஓர் அறையில் வைத்துப் பூட்டப்பட்டன. இது பற்றி யாரிடமும் ஒருவார்த்தை தெரிவிக்கக் கூடாது என்று எச்சரித்து சாவியை ராணியிடம் தந்தார் ராஜா. இதனால் நாளெல்லாம் அழுதுகொண்டிருந்தாள் ராணி. பைபிளிலிருந்து எடுக்கப்பட்ட பெயருடைய கடைசி மகன் பெஞ்சமின், "ஏன் சோகமாயிருக்கிறீர்கள்?" எனத் தாயை விசாரித்தான்.

காரணத்தை நான் சொல்லக் கூடாது? ஆனால் மகன் விடாது வற்புறுத்தவே, சவப்பெட்டிகள் உள்ள அறையைத் திறந்து காட்டினாள். "உனக்கும் 11 சகோதரர்களுக்கும் உனது அப்பா இச்சவப்பெட்டிகளை ஏற்பாடு செய்துள்ளார். நான் பெண் குழந்தை பெற்றெடுத்தால், நீங்களெல்லாம் கொல்லப்பட்டு இவற்றில் அடக்கம் செய்யப்படுவீர்கள்" என்றாள்.

"அழவேண்டாம் அம்மா. எங்களைக் காப்பாற்ற வழி கண்டறிந்து இங்கிருந்து கிளம்பிவிடுவோம்"

"பதினொரு சகோதரர்களுடன் சேர்ந்து காட்டுக்குப் போய்விடு. மறைந்துகொள்ளுங்கள். உயரமான மரத்தில்

நாளொன்றுக்கு ஒருவர் வீதம் இருந்து கண்காணித்துக் கொள்ளுங்கள். அரண்மனை உச்சியைக் கவனித்து வாருங்கள். நான் வெள்ளைக்கொடி காட்டினால் திரும்பிவிடுங்கள். பெண் குழந்தைப் பிறந்தால் சிவப்புக்கொடி காட்டுவேன், நீங்கள் வேகமாகத் தப்பியோடிவிட வேண்டும். கர்த்தர் உங்களைக் காப்பாற்றுவார். குளிர்காலத்தில் கணப்பினால் கதகதப்பூட்டிக் கொள்ள வேண்டும்.

கோடையில் வெயிலால் வருந்தக்கூடாது என ஒவ்வொர் இரவிலும் எழுந்து பிரார்த்திப்பேன்"

தாயிடம் ஆசிர்வாதம் பெற்றதும் அவர்கள் காட்டுக்குச் சென்றனர். ஒவ்வொருவராகக் கண்காணித்தனர். 11 தினங்கள் கழிந்து 12ஆவது தினம் வந்தது. அன்றைக்கு பெஞ்சமினின் முறை. சிவப்புக்கொடி காட்டப்பட்டதைக் கண்டான். செய்தி கேட்ட சகோதரர்கள் எல்லாம் 'ஒரு சிறுமிக்காக நாம் ஏன் துயரப்பட வேண்டும்? பழிதீர்ப்போம் எனச் சூளுரைப்போம். ஒரு சிறுமியைப் பார்த்த மாத்திரத்தில் அவளது குருதி பாய்ந்தோட வேண்டும்' எனச் சீற்றத்துடன் கூச்சலிட்டனர்.

அப்புறம் அவர்கள் அடர்ந்த வனத்திற்குள் சென்றனர். அங்கே சூனியம் செய்யப்பட்டிருந்த காலியான குடிலைப் பார்த்தனர். நாம் இங்கே வசிப்போம் மிகவும் இளையவனும் பலவீனனுமான பெஞ்சமினே, நீ வீட்டைப் பார்த்துக்கொள், நாங்கள் உணவு தேடி வருகிறோம் என்றனர்.

காட்டுக்குள் முயல், கரடி, புறாக்களென என்ன கிடைக்கின்றதோ அதனை வேட்டையாடிக்கொண்டு வந்தனர். பெஞ்சமின் சமைத்துப் பரிமாறி அவர்கள் பசி தீர்த்தான். இப்படிப் பத்து ஆண்டுகளை அக்குடிலில் கழித்தனர்.

இதற்கிடையே ராணிக்குப் பிறந்த VIPLETE பெண் குழந்தை அன்பான இதயம், அழகான அம்சங்கள், நெற்றியில் தங்க நட்சத்திரத்துடன் வளர்ந்து வந்தது. ஒருமுறை நிறைய துணிமணிகளைத் துவைக்க வேண்டி வந்தபோது 12 சட்டைகளைப் பார்த்ததும் "யாருடையவை?" எனத் தாயிடம் வினவினாள். அவை தந்தை அணிந்துகொள்ளும் அளவுக்கு பெரிதாக இல்லை. அப்படியானால் யாருடையவை?

“இவை உனது 12 சகோதரர்களுடையவை” என வேதனையுடன் ராணி பதிலளித்தாள்.

“இப்போது அவர்கள் எங்கே? நான் கேள்விப்படவே இல்லையே”

“அவர்கள் எங்கிருக்கிறார்கள் என்பது கடவுளுக்குத்தான் தெரியும். உலகில் எங்கோ ஓரிடத்தில் அலைந்து திரிந்து கொண்டிருப்பார்கள்” என்று கூறி சவப்பெட்டிகள் உள்ள அறையைத் திறந்து காட்டினாள் ராணி. “இவை உன் சகோதரர்களுக்காகத் தயாரிக்கப்பட்டவை. ஆனால் அவர்கள் நீ பிறக்கும் முன்பே ரகசியமாகக் கிளம்பிவிட்டார்கள்” என்று ஆரம்பித்து நடந்ததையெல்லாம் மகளுக்கு விளக்கிச் சொன்னாள்.

“அன்பான அம்மா, அழாதே நான் அவர்களைத் தேடிச் செல்கிறேன்”

12 சட்டைகளை எடுத்துக்கொண்டு அவள் காட்டுக்குப் போனாள். நாளெல்லாம் நடந்து திரிந்து கடைசியில் சூனியக்குடிலை வந்தடைந்தாள். அங்கிருந்த இளைஞன் “எங்கிருந்து வருகின்றாய் எங்கே போகின்றாய்?” என்று வினவினான். அவளின் அழகையும் அரச குடும்பத்து ஆடைகளையும் நெற்றியின் தங்க நட்சத்திரத்தையும் பார்த்து அதிசயித்தான்.

“நானொரு இளவரசி. எனது 12 சகோதரர்களைத் தேடிக் கொண்டிருக்கிறேன். அவர்களைக் கண்டறிவதற்காக ஆகாயம் நீலமாயிருக்கும் மட்டும் நடந்து திரிய தயாராயிருக்கிறேன்” என்று கூறி 12 சட்டைகளை இளைஞனிடம் காட்டினாள் அவள். அவள் தன் சகோதரி என்று பெஞ்சமின் கண்டு கொண்டான்.

“நான் பெஞ்சமின் உன் கடைசி சகோதரன்”

அவள் ஆனந்தக் கண்ணீர் வடித்தாள். அவர்கள் கட்டித் தழுவி முத்தமிட்டுக் கொண்டனர். “தங்கையே ஒருசிக்கல் இருக்கிறது. எங்கள் வழியில் தென்படும் எந்தப் பெண்ணும் இறந்து போக நேரும் – ஒரு பெண் காரணமாக நாங்கள் அரசை இழக்கவேண்டியிருப்பதால்” என்றான் பெஞ்சமின்.

"இதன் காரணமாக எனது 12 சகோதரர்களைக் காப்பாற்ற முடிந்தால் நான் சந்தோஷத்துடன் சாவேன்"

"கூடாது நீ மடியக்கூடாது 11 சகோதரர்களும் வரும்வரை இத்தொட்டியில் மறைந்துகொள். அப்புறம் நான் பார்த்துக்கொள்கிறேன்"

அப்படியே ஒளிந்துக்கொண்டாள். இரவில் வந்து சேர்ந்தனர். சாப்பாடு தயாராக இருந்துது. சாப்பிட அமர்ந்ததும் ஏதோ புதிதாய்த் தெரிகின்றதே என்றனர்.

"உங்களுக்குத் தெரியவில்லையா?"

"இல்லை"

"நீங்கள் நாளெல்லாம் காட்டில் திரிகின்றீர்கள், நானோ வீட்டில் இருக்கிறேன். உங்களை விட எனக்கு அதிகம் தெரியும்"

"எங்களுக்குச் சொல்"

"நாம் சந்திக்கின்ற பெண் கொல்லப்படமாட்டாள் என்று வாக்குறுதி தந்தால்தான் சொல்வேன்"

"சரி இப்போது சொல்"

"நம் சகோதரி இங்கே இருக்கிறாள்" என்று தொட்டியின் மூடியை பெஞ்சமின் எடுத்த மாத்திரத்தில் அரச உடையில் தங்கை வெளிவந்தாள். அனைவரும் மகிழ்ச்சியில் கட்டித் தழுவி முத்தமிட்டுக் கொண்டனர்.

இப்போது அவள் பெஞ்சமினுடன் தங்கி வீட்டைப் பராமரித்து வந்தாள். மற்றவர்கள் வேட்டையாடி இரையும் விறகும் கொண்டுவந்தனர். அனைவரும் இணக்கமாக இருந்தனர்.

அக்குடிலுக்கருகில் தோட்டமொன்று இருந்தது. அங்கே 12 அல்லிகள் காணப்பட்டன. ஒவ்வொரு அண்ணனுக்கும் தரவேண்டும் என்றெண்ணி அவற்றை அவள் பறித்தாள். பறித்த மாத்திரத்தில் 12 சகோதரர்களும் அண்டங்காக்கைகளாகி காட்டில் பறந்து போயினர். குடிலும் தோட்டமும் மாயமாய் மறைந்துவிட்டன.

தனித்திருந்த இளவரசியிடம் வயதான பெண் ஒருத்தி வந்து, "ஏன் இப்படிச் செய்தாய் அவ்வெள்ளைப் பூக்களை ஏன்

அப்படியே விட்டிருக்கக் கூடாது? காக்கைகளாக்கி விட்டாயே" என்றாள்.

"அவர்களைக் காப்பாற்றும் வழியில்லையா?" என இளவரசி கேட்டாள்.

"இல்லை ஆனால் ஒருவழி உண்டு. அது கடினமானது, உன்னால் முடியாதது. ஏழுவருடங்கள் பேசவோ சிரிக்கவோ செய்யாமல் இருந்துவர வேண்டும். ஒருவார்த்தையை உச்சரித்துவிட்டால் ஏழு ஆண்டுகளில் ஒருமணி நேரமே எஞ்சியிருக்கும். எல்லாம் விரயமாகிவிடும். உன் சகோதரர்கள் கொல்லப்பட்டு விடுவார்கள்."

"நிச்சயம் என் சகோதரர்களைக் காப்பாற்றுவேன்."

ஒரு பெரிய மரத்தின் கீழமர்ந்து பேசவோ சிரிக்கவோ செய்யாமல் நூற்றுக்கொண்டிருந்தாள். அக்காட்டுக்கு வேட்டையாட வந்த மன்னன் ஒருவன், நெற்றியில் தங்க நட்சத்திரமுள்ள அந்த இளவரசியைக் கண்டு அதிசயித்தான். தன் மனைவியாக முடியுமா என்று வினவினான். பதிலளிக்காது தலையை மட்டும் சற்று அசைத்தாள். அவளைக் குதிரையில் வைத்து அழைத்துச் சென்று விமரிசையாக மணம் செய்து கொண்டான். மணப்பெண் பேசாது சிரிக்காது இருந்தாள். சில ஆண்டுகள் சென்றதும் தீயவளான மன்னனின் தாய் மருமகளைக் குறித்து மன்னிடம் அவதூறு பேசினாள். "நீ இட்டுவந்துள்ள பெண் ஒரு பிச்சைக்காரிதான். ரகசியமாக அவள் என்ன சதிகளை திட்டமிட்டுக் கொண்டிருக்கிறாளோ? அவளால் பேச முடியவில்லையெனில் சிரிக்கவாவது செய்ய வேண்டும். சிரிக்காத நபர் கெட்ட மனச்சாட்சியைக் கொண்டிருக்க வேண்டும்"

இதனை முதலில் நம்பாதிருந்த மன்னன், தொடர்ந்து தாய் இப்படி அவதூறு பேசிவரவே மனைவிக்கு மரண தண்டனை விதித்துவிட்டான். அரண்மனை முற்றத்தில் தீ மூட்டப்பட்டு அதில் எரிக்கப்பட இருந்தாள். இன்னும் தன் மனைவியை நேசித்த மன்னன் கண்ணீர் மல்க கவனித்துக்கொண்டான். அவளின் ஆடைகளை நெருப்பு தொடுகையில் ஏழாவது

ஆண்டின் இறுதி விநாடி கடந்து போயிருந்தது. திடீரென காற்றில் இரையும் சப்தம் கேட்க, அங்கே 12 அண்டங்காக்கைகள் வந்தமர்ந்தன. அமர்ந்த மரம் 12 சகோதரர்கள் ஆயின. அவர்கள் தீயைக் கிழித்துச் சென்று சகோதரியைக் காப்பாற்றி தழுவி, முத்தமிட்டனர். இப்போது தான் பேசாமல் மௌனமாய் இருந்ததற்கான காரணத்தை மன்னனிடம் விளக்கிக் கூறினாள்.

அவள், கள்ளங்கபடமற்றவள் என்றறிந்ததும் மன்னன் கவலை நீங்கியவனானான். அதிலிருந்து அனைவரும் ஆனந்தமாய் வாழ்ந்து வந்தனர். தீயவளான தாய், கொதிக்கும் எண்ணெயும் நச்சு நாகங்களும் மண்டி பீப்பாயில் அடைக்கப்பட்டு மடிந்துபோனாள்.

குறிப்புகள்

1. பதின்மூன்றாவதாகப் பிறக்கும் பெண் குழந்தையால் பன்னிரண்டு சகோரதர்களும் மடிந்துவிட, சொத்துகளும் தேசமும் பெண்ணுக்குப் போய்விடும் என்பதுதான் இக்கதையின் மையம்.

2. சகோதரர்கள் இல்லாததை அறிந்து தங்கை அவர்களைத் தேடிச் செல்வதாக இருந்தாலும் அல்லிமலர்களை பறித்து அவர்களைக் காக்கைகளாக மாற்றிடக் காரணமாயிருப்பது அவளே.

3. இறுதியிலும் சகோதரர்களே தங்கையைக் காப்பாற்றுகிறார்கள்.

4. 12 பேரில் 12ஆவது சகோதரனின் பெயர் பெஞ்சமின் என்று கூறப்படுகிறது. கடைசி மகனுக்கு முக்கியத்துவம் தரப்படுவது இதில் உணர்த்தப்படுகிறது. அப்பெயர் பைபிளிலிருந்து எடுக்கப்பட்டது என்ற குறிப்பு, கிறித்துவம் அவர்கள் வாழ்வில் வந்து சேர்ந்திருப்பதை உணர்த்தக்கூடியது.

5. ஜெர்மானிய மொழியில் சொல்லப்பட்டு வந்த இத்தேவதைக் கதை உள்ளிட்ட கிரிம் சகோதரர்களின் கதைகளைத் தொகுத்தவர்கள் ஜேகப் மற்றும் வில்ஹெல்ம் கிரிம் ஆகியோர். இவர்களின் தம்பியரில் ஒருவரான லுட்விக் இத்தேவதைக் கதைகளுக்குச் சித்திரங்கள் தீட்டினார். ஜேகப் திருமணம் செய்துகொள்ளாமல் முழுமையாக ஆய்விலும் தொகுப்பிலும்

ஈடுபட்டார். மேலும் ஜேகப்பும் வில்ஹெல்மும் ஜெர்மன் மொழி இலக்கணத்தையும் தயாரித்து எழுதினர்.

6. இக்கதைகளில் பல பிரெஞ்சு தோற்ற ஆதாரங்களைக் கொண்டவை என்கிறார் ஜாக் ஸிப்ஸ்.

ஆதாரம் : The Complete Fairy Tales of The Brothers Grimm - Tr With an Introduction By Zack Zipes- Bantum Books 1987(1992)

சந்தால் பழங்குடியினரின் வாய்மொழிக் கதை

ஏழு சகோதரரும் அவர் தம் தங்கையும்

ஒரு கிராமத்தில் ஏழு சகோதரர்களும் ஒரு தங்கையும் வாழ்ந்து வந்தனர். அவர்களுடையது செல்வந்தக் குடும்பம். தந்தை இறந்து விட்டார். இச்சகோதரர்கள் ஒரு கிணறு வெட்ட முடிவெடுத்தனர், அப்போதுதான் அவர்களது பெயர் நீடித்திருக்கும் என்று. ஆழமாகத் தோண்டியும் தண்ணீர் வந்த பாடில்லை. அவர்கள் கவலைப்பட்டுக்கொண்டிருந்த போது, ஒரு சாமியார் குடிக்கத் தண்ணீர் தேடி வந்தார். "பல நாட்களாக இவ்வளவு ஆழத்திற்குத் தோண்டியும் இக்கிணற்றில் நீரில்லை. யோகியாக இருக்கும் நீங்கள் அதற்கான காரணத்தை அறிந்து கூறுங்கள்" என்று சகோதரர்கள் கேட்டுக்கொண்டனர்.

"நீங்கள் பரிசளிக்காமல் தண்ணீர் கிடைக்காது" என்று யோகியானவர் பதில் சொன்னார்.

"என்ன பரிசளிக்க வேண்டும்?"

"பொன்னோ, வெள்ளியோ, யானையோ பொருந்தாது. உங்கள் தங்கையைக் கிணற்றின் ஆவிக்குப் பரிசளிக்க வேண்டும்."

அவர்களின் தங்கைக்கு நிச்சயதார்த்தம் முடிந்து, வரதட்சணையும் பெறப்பட்டிருந்தது. தங்கையினைப் பரிசளிக்காது போனால் தண்ணீர் வராது என்பதை உணர்ந்துகொண்ட சகோதரர்கள் அதற்கு இசைந்தனர், இளையவனைத் தவிர.

அன்று மாலையில் தம் தாயிடம் கூறினர், “நாளைக்கு எங்கள் தங்கை காலைச் சாப்பாடு எடுத்துக்கொண்டு கிணற்றுக்கு வரும்போது, குளித்து நல்ல உடைகளை உடுத்தி நகைகளைப் போட்டுக்கொண்டு வரட்டும்” என்றனர். அதற்கான காரணத்தை அவர்கள் தாயிடம் விளக்கவில்லை.

அப்படியே மறுநாள் தங்கை கூடையில் சாப்பாடு எடுத்துக் கொண்டு கிணற்றுக்கு வந்தாள். ஒரு மரத்தடியில் கூடையை வைத்தாள். “நாங்கள் குடிக்க நீர் எடுத்து வா” என்றனர். கலயத்துடன் கிணற்றில் இறங்கினாள். நீரில்லை. இன்னும் கொஞ்சம் உற்றுப் பார்க்க மத்தியில் நீரின் பிரகாசம் தெரியவே அங்கு சென்றாள். அதற்குள் நீர் உயரத் தொடங்கிவிட்டது. கிணறு நிரம்பவும் தங்கை மூழ்கிப் போனாள்.

சகோதரர்கள் வீட்டுக்குச் சென்றனர். “உங்கள் தங்கை எங்கே” எனத் தாய் கேட்கவும் “அவளைத் கிணற்றின் ஆவிக்குப் பரிசளித்துவிட்டோம். அப்படிச் செய்யாவிட்டால் தண்ணீர் கிடைக்காது எனச் சாமியார் ஒருவர் கூறியிருந்தார்” என்றனர். அதனைக் கேட்டதும் தாய் அழுது அரற்றினாள்.

“அம்மா, எங்கள் பெயர் நீடித்திருக்கவே கிணற்றைத் தோண்டினோம். மனிதருக்கும் ஆடு மாடுகளுக்கும் குடிக்க நீர் இல்லையெனில் எங்கள் பெயர் நீடித்திருப்பது எப்படி? எங்கள் தங்கையைத் தந்ததும் கிணறு நிரம்பிவிட்டது. இப்போது மிருகங்கள் தாகத்தை தணித்துக்கொள்ளும், அங்கே இளைப்பாறும் பயணிகள், இக்கிணறு தோண்டியவர்கள் நன்றிக்குரியவர்கள் எனப் பாராட்டுவார்கள்” என்று அவர்கள் சொல்லிச் சமாதானப்படுத்தினார்கள்.

கிணற்றின் நடுவே அவர்களது தங்கை மூழ்கிய இடத்தில் உபெல் (தாமரை) மலரொன்று பூத்தது. அதன் நீலநிறம் பார்ப்போரை ஆனந்தத்தில் ஆழ்த்தியது.

ஏற்கனவே நிச்சயிக்கப்பட்டிருந்த அத்தங்கையின் திருமண நாள் வந்துசேர்ந்தது. மணமகன் வீட்டார் முரசங்கள், யானைகள், குதிரைகள் சகிதம் பெண் வீட்டுக்கு வந்தனர். வீட்டை விட்டுக் கிளம்பிச் சென்ற பெண் திரும்பவில்லை. எங்கெல்லாம் தேடியும் பயனில்லை என்றறிந்து ஏமாற்றத்துடன் திரும்பினர். வழியில்

அப்பெண் மூழ்கிப் போயிருந்த கிணற்றில் பூத்திருந்த நீலமரைப் பார்த்த மணமகன் அதிசயித்தான். நீந்திச் சென்று அதனைப் பறிக்க ஆசைப்பட்டான். உடன் வந்தவர்கள் தடுத்தும் கேட்காமல் அதனைப் பறித்திட நீந்திப் போனான். நெருங்க நெருங்க அது 'விலகிச் சென்றது. "நீ டோமோ ஹாடியோ, என்னைத் தொடாதே" என்றது. மணமகன் "இல்லையில்லை நாம் ஒருவரில்லையா" என்று மன்றாடினான். கடைசியில் மணமகன் "இல்லையில்லை, நீயும் நானும் என்றைக்குமாக மணமகளும், மணமகனுமாக இருப்போம்" என்றதும் பறிக்க அனுமதித்தது நீலமலர். மலருடன் தன் கூட்டத்தாரிடம் வந்து சேர்ந்தான்.

பல்லக்கில் கிளம்பினர். வர வர பல்லக்குக் கனக்கத் தொடங்கியது. காரணம் தெரியாமல் திகைத்தனர் பல்லக்குத் தூக்கிகள். இப்போது மணமகனும் மணமகளும் பல்லக்கில் இருப்பதைப் பார்த்து அகமகிழந்தனர். கோலாகலமாக ஊர்வலம் வீடு வந்து சேர்ந்தது.

மணமகள் மிகவும் அழகாகக் காணப்பட்டாள். மனித ரூபமும் தெய்விகத்தன்மையும் பெற்றிருந்தாள். ஊராரும் உறவினரும் அவளைக் கண்டு அதிசயத்தனர்.

இதற்கிடையே அவளின் தாயும் சகோதரர்களும் வறுமை நிலையை அடைந்தனர். பிழைப்பிற்கு விறகு விற்கும் நிலைக்குத் தள்ளப்பட்டிருந்தனர். ஒருநாள் இச்சகோதரர்கள் மணமகன் ஊரில் விறகு விற்கச் சென்றனர். யாரும் வாங்க வில்லை. திருமணம் நடக்கும் வீட்டிற்குச் சென்றால் வாங்கிக் கொள்வார்கள். தம் சகோதரர்கள் என்றறிந்து கொண்ட தங்கை விறகுச் சுமையைப் போடச் சொல்லிவிட்டு அவர்கள் குடிக்க நீர் கொண்டுவந்து கொடுத்தாள். அவள் உருவம் சற்று மாறியிருக்கவே, அவர்களால் அடையாளங்காண முடியவில்லை அவர்களிடம் எண்ணெய்க் கிண்ணங்களைத் தந்து குளித்துவிட்டு வாருங்கள் இங்கே சாப்பிடலாம் என்றாள். குளிக்கச் சென்றவர்கள் வழியில் பசியால் எண்ணெயைக் குடித்துவிட்டனர். குளித்து வீடு திரும்பினர். சாப்பிட வரிசையாக அமர்ந்தனர். கடைசி சகோதரனுக்குப் பித்தளைத் தட்டில் சோறு போட்டுத் தந்தாள். மற்றவர்களுக்கு இலையில் சோறு போட்டாள்.

அவர்கள் ஒரு கவளம் தின்ற மாத்திரத்தில் அவள் தலையில் ஒரு கையை வைத்து அழத்தொடங்கினாள். “அண்ணன்மாரே என்னிடம் உங்களுக்கு இரக்கமில்லை. நான் மூழ்கிவிட்டதும் வீட்டுக்குப் போய்விட்டீர்கள்” இதனைக் கேட்ட சகோதரர்களுக்கு நெஞ்சு வெடிப்பது போலிருந்தது. விண்ணைப் பார்த்தார்கள். அது உயரத்தேயிருந்தது. அப்போது தாங்கள் பார்த்த கோடரியால் தம் பலம் கொண்ட மட்டும் பூமியை வெட்ட, புலியின் வாயென பூமி திறந்துகொள்ள, அவர்கள் அதில் இறங்கினர். இளையவனின் தலைமுடியைப் பற்றி அவள் இழுக்க, அது அவள் கைக்கு வந்துவிட்டது. அவர்களெல்லாம் பூமியின் வயிற்றில் அமிழ்ந்து போகவும், பூமி மூடிக்கொண்டது.

கையில் இருந்த முடியை அவள் நட்டு வைக்க, புல் வளரலா யிற்று, அப்போதிருந்து காட்டில் புல் வளருகின்றது. கடைசி அண்ணனை மட்டும் அவன் விதியிடமிருந்து தப்பிக்க வைக்க அவள் முற்பட்டு தோற்றுப்போனாள். தன் சகோதரர்களது பாவங்களால் அவள் வருந்தினாள்.

குறிப்புகள்:

1. இக்கதைகளை ‘சந்தாலி’ மொழியிலிருந்து மொழியாக்கம் செய்து 1891 இல் வெளியிட்டவர் ஏ. கேம்பல். ஸ்காட்லாந்து இறை ஊழியப் பணியாளர்.

2. ‘பல ஆதிவாசி பழங்குடியினர் நாளடைவில் இந்து மதத்தின் செல்வாக்கிற்கு ஆட்பட்டுவிட, சந்தால் பழங்குடியாளர் தம் மொழி பழங்குடியமைப்பு நம்பிக்கை முறைகளைப் பாதுகாத்து வந்துள்ளனர்’ என்கிறார் கேம்பல். ‘அப்படியே இந்து மதத்தின் கருத்துகளும் சம்பிரதாயங்களும் நம்பிக்கைகளும் இவர்களிடையே ஊடுருவியிருப்பினும் கணிசமான மாற்றங்களடைந்த பின்னரே, உட்புக முடிந்தது’ என்கிறார். வீரத்திற்கும் தீரத்திற்கும் பெயர் பெற்றவர்கள் சந்தால்கள். எழுத்தாளர் மகாஸ்வேததேவி இம்மக்களின் உரிமைக்காகவும் முன்னேற்றத்திற்காகவும் தன்னை ஈடுபடுத்திக் கொண்டிருந்தார்.

3. ‘ஏழு சகோதரரும் அவர்தம் தங்கையும் கதையை ஒரு தொன்மத்தில் தொடங்கி வாய்மொழிக் கதையாக

முடிவது என்று கூறலாம். புதையல் பெறவோ நல்வாய்ப்பு கிடைக்கவோ ஓர் உயிரைப் பலியிடுவது தொன்மங்களின் பதிவு. அப்படிப் பலியிடப்பட்டவள் மலராகி பெண் உருவை அடைந்து தன்னைப் பலி கொடுத்த சகோதரர்களைப் பழிவாங்குவது, பெண்ணின் குரலைப் பதிவு செய்யும் வாய்மொழிக் கதைப் பண்பு. பலி கொடுப்பதற்கு ஆட்சேபனை தெரிவித்ததற்காகக் கடைசி அண்ணனிடத்தே தங்கை அனுதாபம் கொண்டிருந்தாலும் மற்ற சகோதரர்களின் பாவத்தால் அவனும் பலியானான்.

4. 'ஸ்கதாரை நிர்மாணித்தல்' என்றொரு செர்பியக் கதையில் மூன்று சகோதரர்கள் பெரிய கோட்டையைக் கட்டி முடிக்க, மூன்றாவது சகோதரரின் மனைவியைப் பலி கொடுக்கின்றனர். அதிலும் கர்ப்பிணியாயிருக்கும் நிலையில் தந்திரமாகக் கோட்டைக்குள் போகச் செய்து கட்டி முடித்து விடுகின்றனர். ஓராண்டுக்கும் மேலாக அக்கோட்டைக்குள் தன் சிசுவுக்குப் பாலூட்டி அங்கு வந்து தம் குழந்தைகளுக்குப் பால் கிடைக்கச் செய்து அழுகையை நிறுத்துகின்றனர். இது தொன்ம வடிவிலேயே வாய்மொழிக் கதையாக வழங்கப்படுகிறது.

5. இத்தொகுப்பில் 'The Magie Fiddle' என்ற தலைப்பிலுள்ள கதை, ஏழு சகோதரரும் அவர் தம் தங்கையும் கதையுடன் தொடர்புடையது. இக்கதையில் ஏழு சகோதரர்களின் மனைவியரது வஞ்சனையால் கிணற்றில் பலியாகும் தங்கை, வயலின் கருவியாக உருமாறி விடுகிறாள். அத்துடன் கதையும் பாடலுமாக உள்ளது இக்கதை. ஒரு கதையின் இரு வடிவங்கள் என்றே இக்கதைகளைக் குறிப்பிடலாம்.

6. சந்தால் இனம் சர்ணா மதத்தைச் சேர்ந்தது. இந்த மதத்தில் தாழ்த்தப்பட்டவர்களாகக் கருதப்படும் காமார், குண்ககல் இனத்தவர்கள் பழங்குடிகளான சந்தால்களிடம் தீண்டாமையைக் கடைப்பிடிக்கின்றனர். பழங்குடிகளின் இடத்திற்குள் நுழைந்துவிட்டு இடம் கொடுத்த பழங்குடிகளையே தீண்டத்தகாதவர்கள் என்கிறார்கள் (ரூபி பாஸ்கேயின் மர்மநோய்/எச். சி. சேகர் – தமிழில் இரா.செந்தில் – எதிர் வெளியீடு நூல் குறித்த மதிப்பிரை/ த. ராஜன் – இந்து தமிழ்திசை *15.09.2018*)

7. சிது மற்றும் தானு ஆகியோரின் தலைமையில் சந்தால்கள் பிரிட்டிஷ் ஆட்சியை எதிர்த்துப் போராடினர். தம் எதிர்ப்பில் தாக்குப்பிடிக்க முடியாததால் பல பகுதிகளுக்குச் சிதறியோடினர்.

ஆதாரம்: santhal folk tales - Tr By A. Campbell/ santed mission press, pokhuria, 1891.

ராஜஸ்தானி வாய்மொழிக் கதை

சாட்சியம்

பயங்கரமான தார் பாலைவனத்தால் சூழப்பட்டிருந்தும் தீகர்கர் என்னும் சிறிய கிராமம் எப்படிப் பாலைவனச் சோலையாக மாறியது என அடிக்கடி நான் வியப்படைவதுண்டு! இக்கதையைக் கேட்கும் வரையிலும்...

பல வருடங்களுக்கு முன்னர், வடமேற்கு ராஜஸ்தானத்திலுள்ள வேறெந்த கிராமத்தையும் போலவே இக்கிராமம் கடுமையான பஞ்சத்தால் பாதிக்கப்பட்டிருந்தது. பூமி விரிசலடைந்து, நீரோடை வெள்ளி நூலிழையாகி, கிணறுகள் உலர்ந்து விடும்படி வறட்சி வாட்டியது. வெயில் வறுத்தெடுத்தது; பூமியின் வறட்சிக்கு மன்னிப்புக்கோருவது போல் வளர்ந்திருந்த ஒன்றிரண்டு புற்களைத் தின்ற ஆடுமாடுகளைச் சாய்த்தது.

கிராமத்தினருக்கு வேலையில்லை, பராமரிக்கப் பயிரில்லை, வளர்க்க கால்நடைகள் இல்லை. தண்ணீரையும் செடி கொடியையும் தேடிச் சென்ற அவர்களின் முகங்களில் வேதனை ரேகைகள் படிந்தன. அவரைக் காய்ச்சாறு குடித்து வந்த குழந்தைகள் நலிந்துபோயின.

கிராமத்து ஆண்கள் அவ்வூரிலிருந்து வெளியேறி, வேலைதேடி நகரங்களுக்குப் போக முடிவெடுத்தனர். அவர்கள் சம்பாதித்ததெல்லாம் கோதுமை, பருப்பு, சொற்பமான காய்கறிகள் வாங்கவே சென்றது. பெரிய ஜாடிகளில் போட்டு வைத்த எலுமிச்சை ஊறுகாய் ரொட்டிக்குச் சுவையாயிருந்தது!

அவர்கள் வாங்கிய தானியங்கள் அவ்வளவு உயர்ந்த ஆனால் முட்டாள்தனமான ஒட்டகைகளில் கொண்டு

வரப்பட்டன. எப்போதும் மாறிக்கொண்டிருப்பதும் நகர்ந்து கொண்டிருப்பதுமான மணலுக்கு அவை பொருத்தமாயிருந்தன.

எனினும், அங்கு செழித்தோங்கிய சமுதாயம் ஒன்றிருந்தது. அச்சமுதாயம் **சாமர்கள்** அல்லது தோல் தொழிலாளர்களுடையது. இப் பஞ்ச காலத்தில் இருந்தது போல வேறு எப்போதும் அவர்கள் வளமாக இருந்ததே இல்லை. பல மிருகங்கள் மடிந்தன. பசியாலும் தாகத்தாலும் ஒரு மாடு இறந்ததும், ஒரு கம்பில் அதனைக் கட்டிக் கொண்டு சென்று தோலைவுரித்து, காய விடுவார்கள். பின்னர் அவர்களது கூடங்களில் பெரிய மீசை போன்று வளைந்த நுனிகளை உடைய செருப்புகளாகும். அம்மீசை நடுவில் இடம்பெறும் இளஞ்சிவப்பு கம்பளிநூல், ராஜபார்வை பெற்றிருக்கும். **கீகரின்** உயரமான பொலிவுமிக்க ஆண்கள் அவற்றை மிடுக்காக அணிந்துகொள்வார்கள். கதையிலிருந்து விலகிவிட்டேன். நான் கேட்டபடியே கதையைச் சொல்லவிடுங்கள்.

கண்ணியமான தோற்றமும் மிடுக்குமுள்ள நம் நாயகன் **பிரு** அங்கிருந்து வந்தான். அவனது கண்கள் சமயங்களில் சிந்தனைவயப்பட்டிருந்தன, இன்னும் சில சமயங்களில் ஏக்கம் கொண்டிருந்தன. சில வேளைகளில் அவன் தன் இறந்துபோன மனைவியை நினைத்துப் பார்த்தபோது, யாரும் காணாதவாறு இருண்ட கண்ணீர்த்துளி அவன் கன்னங்களில் உருண்டோடியது. அவனிடம் வயலும் உழுவதற்கு இரு எருதுகளும் இருந்தன. கால்வாயிலிருந்து நீர் எடுத்துவர வேலையாட்கள் இருந்தனர். இப்போது பஞ்சத்தால் அவர்களெல்லாம் போய்விட, நிலம் சதுரங்கப் பலகையாகக் கிடந்தது. மனைவி **காம்லியின்** நகைகளுள்ள துணி முடிச்சு தவிர வேறெதுவும் அவனிடமில்லை. பெட்டியிலிருந்து எடுத்துப் பார்த்த அவன், வளையங்களின் சொர சொரப்பினையும் கொலுசுகளின் கணீர் ஒலியையும் தோடுகளிலுள்ள இரு முத்துக்களையும் உணர்ந்தான். தான் வேலை பார்க்கச் செல்லும் **மோகன் பூருக்கு** அவற்றைக் கொண்டுசெல்ல முடியாது. மழை பெய்து திரும்பும் வரை யாரிடம் விட்டுச் செல்வது? அந்த நபர் அவன் நம்பும் நபராயும் ஊரைவிட்டுப் போகாதவராயும் இருக்க வேண்டும். அதற்கேற்ற நபர் **சாமர்** சமுதாயத்தைச் சேர்ந்த **கலுவா**தான்! இப்பருவ காலத்தில் அவன் இறந்துபோன மாடுகளால் மும்முரமா

யிருப்பான், போதுமான பணம் வைத்திருப்பான், பாவப்பட்ட காம்லியின் நகைகளைத் திருடமாட்டான்.

காம்லியின் சேவையாக இருந்த சிவப்புத் துணியில் நகைகளை வைத்துக்கட்டி எடுத்துக்கொண்டு **கலுவாவைத்** தேடிப் போனான். உயிருக்குப் போராடிக்கொண்டிருந்த ஒரு மாட்டினைக் கவனித்துக்கொண்டிருந்தான் **கலுவா.**

"கலுவா, நான் மோகன்பூருக்குப் போகிறேன். அங்கு ஒரு வீட்டைப் பராமரிக்க வேண்டும். என்னைப் போன்ற விவசாயிக்கு அந்த வேலை பற்றி என்ன தெரியும்? இருந்தாலும் வயிற்றை நிரப்ப வேண்டுமல்லவா! நான் திரும்பும் மட்டும் இந்நகைகளை வைத்திருப்பாயா, கலுவா? இவைதான் என்னிடம் மிஞ்சியுள்ள சொத்து. இப்படி நீ மும்முரமாயிருப்பதால் வேறெங்கும் போகமாட்டாய்"

"உங்கள் மனைவி காம்லியின் நகைகளா? பெரிய பொறுப்பா யிற்றே! பஞ்சாயத்தார் முன்னிலையில்தான் நீங்கள் என்னிடம் ஒப்படைக்க முடியும். அவர்கள் சாட்சியாக இருப்பார்கள்."

"சாட்சி? யாருக்கு வேண்டும்? நாம் நண்பர்கள்தானே! சிறுவயதில் நாம் ஓடிப்பிடித்து விளையாடவில்லையா! உன்னையும் உன் மனைவி மீனுவையும் சேர்த்து வைத்து, திருமணத்தில் நான் உங்களுக்கு ஒத்தாசை செய்யவில்லையா? சாட்சிகள் பற்றி நாம் ஏன் பேச வேண்டும்?"

பேசிக்கொண்டே அவர்கள் ஒரு **கீகர்** மரத்தடிக்கு வந்து சேர்ந்தனர். கிராமத்தின் பழமையான மரங்களில் ஒன்றான அது சின்னஞ்சிறு இலைகளுடன் அவ்வறட்சியிலும் பசுமையாகப் பிரகாசித்தது. முந்தைய கோடைகளிலும் வறட்சிகளிலும் ஏற்பட்டிருந்த அதன் காயங்களை அதன் பிசின் குணப்படுத்தி இருந்தது.

பொன் மஞ்சள் நிறத்திலான பூக்கள் இன்னும் விடாப்பிடியாக ஒட்டிக்கொண்டிருந்தன. குறுகிய விறைத்த காய்கள் மழையையும் வரப்போகும் வளர்ச்சியையும் பேசின. தன் அபிமானத்திற்குரிய பழைய சிநேகதனான கீகரை உற்று நோக்கினான் பிரு.

“நமக்குச் சாட்சியம் தேவை என்றே நினைக்கிறேன்” என்றான் கலுவா.

“நீ வற்புறுத்துவதால், பழமையான கீகரைச் சாட்சியா யிருக்குமாறு கேட்போம். உன்னையும் என்னையும் போலவே இம்மரம் உயிரோடிருக்கிறது, எந்த மனித உயிரையும் போலவே நல்லது, இல்லையா. அத்துடன் நேரமாகிறது, நான் புறப்பட வேண்டும் இல்லாவிட்டால் இரவுக்குள் மோக்னபூரைச் சென்றடைய இயலாது போகும்” என்றான் பிரு.

கலுவாவிடம் காட்டுவதற்காக நகைகளின் முடிச்சை பிரு அவிழ்த்துக்காட்டினான். கலுவா அவற்றை தன் வேட்டியில் முடிந்துகொண்டான். பிரு அவனிடம் விடைபெற்று, மோகன்பூருக்கான நீண்ட பயணத்தைத் தொடங்கினான்.

பல மாதங்களுக்குப் பிறகு கருமேகங்கள் திரண்டு மயில்கள் அகவியதும் கீகர் திரும்பவும் முதல் மழைத்துளி விழக்கண்டது. தன் கிராமத்தினரைப் போலவே பிரு திரும்பினான். பெண்கள் கோதுமையைத் தீட்டி அரைக்கும் சப்தத்தை கீகர் மீண்டும் கேட்டது. குளிர்ந்த காற்று சிறுவர்களின் கன்னங்களைத் தடவிச் செல்ல, அவர்கள் ஓடித் திரிந்தனர்.

கிராமம் உயிர்ப்புக் கொண்டது.

திரும்பி வந்தமைக்காக பிரு உற்சாகமடைந்தான். சாமர்கள் இருக்கும் பகுதியில் கலுவாவைத் தேடிப் போனான். வீட்டிலிருந்து வெளிப்பட்ட கலுவாவை சந்தோஷப் பரபரப்பில் பிரு தழுவிக் கொண்டான். “நன்றாக இருக்கிறாயா, சிநேகிதனே?” என்று விசாரித்தான்.

“ஓ, திரும்பி வந்துவிட்டாயா” என்று சுரத்தின்றிக் கூறினான் கலுவா. “ஆமாம், அதனால்தான் காம்லியின் நகைகளை வாங்கிப்போக வந்துள்ளேன். எனக்காக அவற்றை இவ்வளவு நாட்கள் பாதுகாத்தமைக்கு நன்றி” என்றான் பிரு.

“நகைகளா? என்ன நகைகள்? அப்படி எதுவும் எனக்கு ஞாபகமில்லையே.”

பிருவுக்கு வேறு எதுவும் சொல்லத் தேவையில்லை என்பது போலிருந்தது. எல்லாவற்றையும் புரிந்துகொண்டான்.

இத்தருணத்தில் எந்த வாதமும் அர்த்தமற்றது என எல்லாப் புத்திசாலிகளையும் போலவே உணர்ந்தான். கலுவாவின் வீட்டிலிருந்து கிளம்பிய அவன், யாரிடம் முறையிடுவது என யோசித்தான். கிராமத் தலைவர் சர்பஞ்சிடம் முறையிட்டான்.

சர்பஞ்ச், நரைத்துக்கொண்டிருந்த தன் மீசையை முறுக்கியபடியே கேட்டார். தன் நீண்ட 60 ஆண்டு வாழ்வில் விசித்திர வழக்குகள் பலவற்றைக் கேட்டவர். இது ஏமாற்றப்பட்ட விவகாரம். கலுவாவை வரவழைத்து விசாரித்தார். பிருவிடமிருந்து நகைகளை வாங்கவே இல்லை என கலுவா நிராகரித்தான்.

"நான் சாட்சி முன்னிலையில் ஒப்படைத்திருக்க வேண்டும். நான் ஒரு மரத்தின் முனனிலையில்தானே கொடுத்தேன்" என பிரு கோபத்தில் சீறினான்.

"மரத்தின் முன்னிலையில் நீ கொடுத்தால், நேராக அதன் சாட்சியத்தைக் கேள்" என்றார் சர்பஞ்.

எனவே பிரு நேராக அம்மரத்திடம் சென்றான். அங்கங்கு பசிய இலைகளுடன் கீகர் திடமாக நின்றது. தலைப்பாகையைக் கையில் வைத்துக்கொண்டு முழு நம்பிக்கையுடன் வணங்கி நின்றான்.

"பிரியமான சிநேகிதனே, நகைகள் கலுவாவிடம் உள்ளன, உனக்குத் தெரியும்தானே? உன்னிடம் முழு நம்பிக்கை வைத்துள்ளேன் – பஞ்சாயத்தார் முன்னிலையில் அவன் பொய்யுரைப்பதை நிரூபிக்க உதவி செய்வாய் என்று. செழுமையிலும் வறட்சியிலும் நீ இந்நிலத்தின் அங்கம். எனக்கு நினைவுக்கு எட்டும்வரை நீ கீகர்களின் சந்தோஷங்களுக்கும் துயரங்களுக்கும் சாட்சியமாக இருந்துள்ளாய். எனது சாட்சியாக இருப்பாய், இல்லையா?"

அவன் தலைப்பாகையில் விழுந்த சிறு பசிய இலைகளை பிரு கவனிக்கவில்லை.

இதற்கிடையே, சர்பஞ்சின் இல்லத்தில் கலுவா வெற்றிபெற்றவனாக இருந்தான். அவன் யாரை ஏமாற்றுகின்றான் என்று அவனுக்குத் தெரியுமா? உண்மையில் ஒரு மரத்தினை!

“ஏன் இவ்வளவு நேரமாகிறது பிருவுக்கு? ஒருவேளை பயந்து வீட்டிற்குத் திரும்பி விட்டானா?” என்றார் சர்பஞ்ச்.

“இல்லை அய்யா அவர் போதுமான நேரத்தை எடுத்துக் கொள்ளட்டும். கால்வாய் ஓரமுள்ள கீகர்கர் மரம்வரை போய்வர வேண்டுமல்லவா? அதுதானே சாட்சி!” என்றான் கலுவா.

கலுவாவின் வாக்கியத்தில் சான்று மறைந்திருந்ததைக் கண்டுகொண்ட சர்பஞ்சின் மீசை திருகிக்கொண்டது ஆவேசத்தில், கரையோர கீகர் மரத்திடம் பிருபோய் வந்ததை எப்படி கலுவா தெரிந்துகொண்டான்? பிருவின் மரமே சாட்சியாயிருந்தது.

பஞ்சாயத்து கூடிற்று. கிராமத்து சாமரெல்லாம் குழுமியிருந்தனர். பட்டுக்கரை வேட்டியுடுத்து முறுக்கிய மீசையுடன் சர்பஞ்ச் விளங்கினார். கூட்டத்தாருக்கு வழக்கினை எடுத்துரைத்தார். மரம் இருக்குமிடம் பற்றிய குறிப்பு கலுவாவின் பதிலில் வெளிப்பட்டதும், உண்மை அதில் ஒளிந்திருப்பதை பட்டவர்த்தனமாக்கினார். கலுவா தோற்றுவிட்டான். சாமர்களிடமிருந்து அதிருப்தி வெளிப்பட்டது. குற்றத்தை ஒப்புக்கொள்ளுமாறு செய்யப்பட்ட கலுவா, நகைகளை பிருவிடம் ஒப்படைத்தான்.

நகைகளில் கருவளையல்களிடையே சிறுசிறு இலைகளுடன் ஒரு தண்டும் இருந்தது. இலைகளும் தண்டும் எந்த மரத்தினுடையவை? கீகர்கர் பசுமையானது எப்படி? கலுவா தண்டிக்கப்பட்டது கிராமத்திற்கு நன்மையாயிற்று. பிருவை ஏமாற்றியதற்காக அவன் நூறு மரக்கன்றுகளை நடவேண்டியதாயிற்று.

நாளடைவில் இப்போதைய சர்பஞ்சை அடுத்து பிரு அப்பொறுப்புக்கு வந்து, இதுபோன்ற வழக்குகளைத் தீர்த்து வைத்திருக்க வேண்டும்.

குறிப்பு:

1. நம்பிக்கையுடன் செய்யப்பட்ட ஒரு செயல் ஏமாற்றப்பட்டு, பின் தீமையை வெற்றி கொள்வதாக சொல்லப்படும் கதை இது.

2. கீகர் என்னும் மரத்தின் பெயராலேயே கீகர்கர் என அக்கிராமமும் அழைக்கப்படுகிறது. கீகர் மரம் பிருவின் சிநேகிதன் போலவே கருதப்படுவதால் சாட்சியமாயும் நிற்கிறது. கடும் வறட்சியிலும் துளிர்த்து நிற்கும் கீகர், யார் பொய்த்தாலும் தான் பொய்ப்பதில்லை என்று நிரூபணம் செய்கிறது. கீகர் என்பது கருவேல மரம்.

3. ஊரெல்லாம் பஞ்ச காலத்தில் பாதிக்கப்பட செருப்புத் தைக்கும் சாமர் சமுதாயத்தினர் மட்டும் பிரச்சனையின்றி வாழ முடிவது ஊராருக்குப் பொறாமையை, வெறுப்பை ஏற்படுத்துகிறது. இதுதான், அச்சமூகத்தைச் சேர்ந்தவன் ஏமாற்றிவிடுவதாகக் கதையை அமைக்கக் காரணமாகின்றது.

4. பிரு தன் நிலையை நிரூபிக்க சிரமப்படும்போது சிறு இலைகளையும் தண்டினையும் அவன்மீது நகைகள் மீது உதிர்த்து உதவுகின்றது கீகர் மரம்.

5. பருவ காலங்களால் தனக்கு ஏற்படும் காயங்களை தானே குணப்படுத்திக்கொள்ளும் பண்புடைய கீகர், ஊரின் பிரச்சனையையும் தீர்த்து வைக்க ஒத்துழைக்கின்றது. தன்னைச் சிநேகிதனாகப் பாவிக்கும் மனிதனுக்குச் சிநேகிதனாகவே விளங்குகின்றது.

6. தண்டனையாக 100 மரக்கன்றுகள் நடச் சொல்வது புதுமையானது. கீகர் மரங்கள் பெருகினால் தவறுகள் குறையும் / காயங்கள் ஆற்றப்படும்...

ஆதாரம்: The Eye -No. 2, Vol II, 1993.

ஆங்கிலேய தேவதைக் கதை

மூன்று பன்றிக்குட்டிகளின் கதை

முன்னொரு காலத்தில் பன்றிகள் எதுகை மோனையுடன் பேசிய போது, குரங்குகள் புகையிலை மென்ற போது, கோழிகள் உற்சாகம் பெற பொடி உறிஞ்சிய போது, வாத்துகள் க்வாக் க்வாக் க்வாக் என்று சென்றபோது, ஓ...!

மூன்று குட்டிகளுடன் வயதான பன்றி ஒன்று இருந்தது. அவற்றைப் பராமரிக்க முடியாததால், அது நல்வாய்ப்பை வெளியில் தேடட்டும் என்று வெளியே அனுப்பிற்று. முதலில் சென்ற குட்டி, வைக்கோல் கட்டுடன், வந்த ஒரு நபரைப் பார்த்தது. "எனக்கொரு வீடு கட்டிக்கொள்ள இந்த வைக்கோலைத் தரமுடியுமா" என்று வேண்டியது. அவன் தந்த வைக்கோலால் வீடு கட்டிக்கொண்டது. அப்போது ஓநாய் ஒன்று கதவைத் தட்டி, "பன்றிக்குட்டியே என்னை உள்ளே வர அனுமதிக்கவும்" என்றது. 'முடியாது' எனப் பன்றி மறுதலிக்க, கோபம் கொந்தளிக்க, "உன் வீட்டை ஊதித்தள்ளி, விடுவேன்" என மிரட்டியது. அப்படியே செய்து, பன்றிக் குட்டியையும் தின்றுவிட்டது.

இரண்டாவதாக வெளிவந்த குட்டி, முட்செடிகளின் கட்டுடன் வந்துகொண்டிருந்த நபரை எதிர்கொண்டது. 'இந்த முள்ளுச் செடிகளைக் கொடுத்தால் வீடொன்று கட்டிக்கொள்வேன் என்று வேண்டியது. அப்படியே அதனைப் பெற்று வீடு கட்டிக்கொண்டது. அப்போது அங்கு வந்த ஓநாய் 'பன்றிக்குட்டியே கதவைத் திற' என்றது. 'முடியாது' என்று குட்டி கூறவும், 'உன் வீட்டை ஊதித் தள்ளிவிடுவேன்' என

சா. தேவதாஸ் ● 121

ஓநாய் மிரட்டியது. அப்படியே ஊதித்தள்ளி குட்டியையும் தின்றுவிட்டது.

மூன்றாவது குட்டி வந்தபோது, செங்கல் சுமையுடன் வரும் நபரைக் கண்டது. 'இச்செங்கற்களைத் தந்தால் எனக்கு வீடொன்று கட்டிக்கொள்வேன் என்று வேண்டியது. செங்கலைப் பெற்று வீடு கட்டிக்கொண்டது. அப்போது அங்கு வந்த ஓநாய், 'குட்டிப்பன்றியே கதவைத் திற' என்று கதவைத் தட்ட, பன்றி மறுத்துவிட்டது. 'வீட்டை ஊதித்தள்ளி விடுவேன்' என்று மிரட்டிய ஓநாய், ஊதியது வழக்கம்போல. ஆனால் ஒன்றும் நடக்கவில்லை. அப்போது ஓநாய், "டர்னிப் கிழங்கு விளைந்துள்ள வயல் ஒன்று எனக்குத் தெரியும்" என்றது. "எங்கே?" என்று பன்றிக்குட்டி கேட்க, "திருவாளர் ஸ்மித்தின் தோட்டத்தில், நாளைக் காலையில் நீ தயாராய் இருந்தால் நாம் சேர்ந்துபோவோம், இரவுச் சாப்பாட்டுக்கு உணவு கிடைக்கும்" என்றது ஓநாய்.

"நல்லது, நான் தயாராக இருப்பேன். எத்தனை மணிக்குப் போகலாம்?"

"ஆறு மணிக்கு"

பன்றிக்குட்டி அதிகாலை ஐந்து மணிக்கே தயாராகி, அந்த டர்னிப் தோட்டம் சென்று, வேண்டிய கிழங்குகளை எடுத்துக் கொண்டது.

"ஆறு மணிக்கு வந்த ஓநாய் பன்றிக்குட்டியே தயாரா?" என்றது.

"தயாராகி இரவு சாப்பாட்டுக்கு வேண்டிய கிழங்குகளுடன் திரும்பியும் விட்டேன்"

சினம் கொண்டாலும், பிறகு பார்த்துக்கொள்ளலாம் இக்குட்டியை என்றெண்ணிய ஓநாய், ஓர் ஆப்பிள் மரம் இருக்குமிடம் எனக்குத் தெரியும்" என்றது. 'எங்கே' என்று கேட்ட குட்டியிடம், "மெர்ரி தோட்டத்தில் என்னை ஏமாற்றாமல் நீ தயாராயிருந்தால் நாளை ஐந்து மணிக்குச் செல்வோம், ஆப்பிள்கள் பறித்து வருவோம்" என்றது ஓநாய்.

மறுநாள் காலை நான்கு மணிக்கே தயாராகி விட்ட பன்றிக்குட்டி தொலைதூரம் நடந்து, ஆப்பிள் மரத்தைக் கண்டு,

அதிலேறி ஆப்பிள்களைப் பறித்து விட்டு இறங்கிய வேளையில், ஓநாய் வருவது தெரிந்தது. "குட்டிப்பன்றியே எனக்கு முன்னரே வந்துவிட்டாயா? – இவை நல்ல ஆப்பிள்களா?" என்றது ஓநாய்.

"ஆமாம். உனக்கென்று போடுகிறேன்" என்று ஓர் ஆப்பிளைத் தூக்கிப் போட்டது. ஓநாய் அதனைப் பொறுக்கச் சென்ற வேளையில் பன்றிக்குட்டி மரத்திலிருந்து இறங்கி வீட்டுக்கு நழுவிச் சென்றுவிட்டது.

அடுத்த நாள் அதன் வீட்டுக்கு வந்து ஓநாய், "குட்டிப் பன்றியே இன்று பிற்பகல் சாங்க்லினில் சந்தை நடக்கிறது. வருகிறாயா?" என்று கேட்க, பன்றியும்

"சரி எத்தனை மணிக்குத் தயாராவாது?" என்றது.

"மூன்று மணிக்கு"

வழக்கம் போல முன்கூட்டியே சந்தைக்குச் சென்ற குட்டிப் பன்றி, ஒரு வெண்ணெய் உருளி வாங்கிக்கொண்டு திரும்புகையில், ஓநாய் வந்துகொண்டிருந்தது. என்ன சொல்வதென்று தெரியாத குட்டிப் பன்றி, உருளிக்குள் மறைந்து கொள்ள, அது அக்குன்றிலிருந்து உருண்டு வந்தது. அதைப் பார்த்து மிரண்டு விட்ட ஓநாய், சந்தைக்குள் நுழையாமலேயே வீடு திரும்பியது. அப்புறம் பன்றிக்குட்டியின் வீட்டுக்குப் போய், தான் பயந்து போன விபரத்தைத் தெரிவித்தது. அப்போது பன்றிக்குட்டி நடந்ததை விளக்கியது.

"அப்படியானால் நான் உன்னை மிரட்டியிருக்கிறேன். சந்தைக்குப் போய் ஒரு வெண்ணை உருளி வாங்கினேன். உன்னைப் பார்த்ததும் உருளிக்குள் ஒளிந்துகொண்டேன். குன்றிலிருந்து, உருண்டுவந்துவிட்டேன்".

ஆத்திரமுற்ற ஓநாய், தின்றுவிடப்போவதாக மிரட்டியது. புகைபோக்கியிலிருந்து குதித்து வந்துவிடுவேன் உள்ளே என்று கூறி புகைபோக்கியை நெருங்கியது. உடனே பன்றிக்குட்டி அடுப்பில் வெந்நீர் கொதிக்க வைத்தது. ஓநாய் குதிக்கும் வேளையில் வெந்நீர் பாத்திர மூடியை எடுத்துவிட, பாத்திரத்தில் ஓநாய் விழுந்தது. சட்டென்று மூடியால் மூடிவிட, நன்றாகக் கொதித்து வெந்துவிட்ட ஓநாய், பன்றிக்குட்டிக்கு விருந்தானது. அப்புறம், அது 'மகிழ்ச்சியாய் வாழ்ந்து வந்தது.

குறிப்புகள்:

- இங்கிலாந்தில் இவ்வாய்மொழிக் கதைகளைத் திரட்டிய ஜோஸப் ஜேகப்ஸ், இக்கதைகள் ஒப்பீட்டளவில் மிகத் தாமதித்தே வெளி உலகிற்கு அறிமுகமாகின்றன என்கிறார். கி.பி. 1870 வரை பிரான்ஸிலும் இத்தாலியிலும் இதே நிலைதான். ஆனால் கதைகள் தொகுக்கப்படத் தொடங்கியதும் அந்நாடுகளில் 15 ஆண்டுகளுக்குள் 1000 கதைகளுக்கு மேல் சேர்ந்துவிட்டன. அந்நிலையை இங்கிலாந்திலும் எதிர்பார்க்கலாம் என்று குறிப்பிட்டிருந்தார்.

- இக்கதைகள் தொகுக்கப்படுவதில் உள்ள காலதாமதத்திற்கு என்ன காரணம்? ஆளுகின்ற பதிவு செய்கின்ற வர்க்கங்களுக்கும், ஊமையாயுள்ள உழைக்கும் வர்க்கங்களுக்குமுள்ள இடைவெளிதான் காரணம். 'மற்றவர்களிடம் ஊமையாயிருந்த உழைக்கும் வர்க்கத்தினர் தமக்குள் பேசிக்கொண்டனர் உரத்து' என்கிறார்.

- இக்கதைத் தொகுப்பில் உள்ளவற்றில் 12 கதைகள் 16ஆம் நூற்றாண்டைச் சேர்ந்தவை, இவற்றில் இரண்டு ஷேக்ஸ்பியரால் மேற்கோள் காட்டப்பட்டவை என்கிறார்.

- மூன்று பன்றிக்குட்டிகளைப் பற்றிய இக்கதையில், பகைமையும் போட்டியும் விலங்குகளுக்கும் மனிதருக்கும் இடையே இல்லை, மாறாக விலங்குகளுக்குள்ளேயே நிலவுகிறது. தாய்ப்பன்றியால் பராமரிக்க முடியாது வீதிக்கு வரும் மூன்று குட்டிகளுக்கும் மனிதன் வீடு கட்ட உதவுகிறான். ஓநாயின் வஞ்சனைக்கு முதலிரு குட்டிகளும் பலியாகிவிட, மூன்றாவது குட்டி இந்தச் சூதுவாதுகளை அறிந்து, ஓநாயை விடவும் தந்திரசாலியாகி, அதனை வீழ்த்துகிறது. மூன்றாவது குட்டி வாழுங்காலம், மிகவும் மாறிவிட்ட காலம் என்பதை, ஆரம்பத்திலுள்ள நான்கு வரிகள் வேடிக்கையான தொனியில் காட்டிவிடுகின்றன.

ஆதாரம்: English Fairy Tales/Ed.By. Joseph Jacobs Charles Franks, Delphine Lettan, etl.

பர்மிய /மியான்மர் வாய்மொழிக் கதை

முட்டாள் சிறுவன்

முன்னொரு காலத்தில் முட்டாள் சிறுவனிருந்தான். அவனது அம்மா உணவு தேடி வருமாறு அவனைக் காட்டுக்கு அனுப்பினாள். அங்கே அவன் பொறியில் சிக்கிய கோழியைக் கண்டான். தன் தாய் சமைத்திட ஏதுவாக நேராகத் தாயிடம் போய்ச் சேரவேண்டும் என்று சொல்லி, அவன் அக்கோழியை விடுவிக்க, அது பறந்து போயிற்று. அவன் வீடு வந்து சேர்ந்தபோது பறவை அங்கில்லை. அப்போது தாயிடம் நடந்ததைக் கூறினான். அம்மா எடுத்துரைத்தாள்: ‘அடுத்தமுறை கோழியைப் பார்த்தால் கத்தியால் வெட்டி, வீட்டுக்குக் கொண்டு வந்துவிடு.’

மறுநாள் காட்டுக்கு வந்த சிறுவன், ஒரு மரத்தடியில் காளான்கள் வளர்ந்திருக்க கண்டான். கத்தியால் காளான்களை வெட்டியெடுத்து வீட்டுக்குக் கொண்டு வந்தான். அம்மா சொன்னாள்: ‘காளான்களைப் பாழாக்கி விட்டாயே, அடுத்தமுறை வேருடன் பிடுங்கி வரவேண்டும்.’

அடுத்தநாள் காட்டுக்குள் நுழைந்தவன், மரத்தின்மீது ஒரு தேனடையைப் பார்த்துவிட்டான். அம்மா சொன்னபடி வேருடன் பிடுங்க வேண்டும் என்றெண்ணி, மரத்திலேறி, அதனைப் பிடுங்க முற்பட்டபோது, தேனீக்கள் கடுமையாகக் கொட்டிவிட்டன. அழுதபடி வீட்டுக்கு ஓடி வந்தான். ‘இன்னொருமுறை, தீமூட்டி, தேனீக்களை விரட்டி விடவேண்டும்’ என்றாள்.

இன்னொருநாள் வழக்கம்போல காடு சென்றவன் ஒரு துறவியைப் பார்த்தான். சட்டென்று மஞ்சளாடை உடுத்தியிருந்த அவருக்குத் தீமூட்டி விட்டான். புல்லில் உருண்டோடி அவர் தீயை அணைக்க, மீண்டும் தீமூட்ட முற்பட்டான் சிறுவன்.

எனவே அத்துறவி ஒரு கோலெடுத்து அடித்தார். சிறுவன் அழுதபடி வீடு வந்தான். 'மஞ்சள் ஆடை உடுத்தியிருப்பவரைப் பார்த்தால் அவர் துறவி என்றறிந்துகொள்ள வேண்டும். அடுத்தமுறை துறவியைப் பார்த்தால், மண்டியிட்டு வணங்க வேண்டும்' என்றாள் தாய்.

அடுத்தநாள் அவன் காட்டில் ஒரு புலியைக் கண்டான். மரத்தில் ஏறி தன்னைக் காப்பாற்றிக்கொள்ளாமல், புலியின் மஞ்சள் வரிகளை உற்று நோக்கி, அது துறவி என்றெண்ணிக் கொண்டான். மண்டியிட்டு வணங்கியவனைப் புலி அடித்துத் தின்றுவிட்டது.

ஒரு கிராமத்தில் நான்கு முட்டாள்கள் இருந்தனர். யாரும் அவர்களை வேலைக்கு அமர்த்தவில்லை. எனவே வேலை கேட்டு ஒரு கிழவியிடம் அவர்கள் மன்றாட, இரக்கம் கொண்ட கிழவி, ஆளுக்கொரு சுமை கிடுகு கொண்டு வருமாறு அனுப்பினாள். நான்கு முட்டாள்களும் ஆளுக்கொரு சுமை கிடுகு கொண்டு வந்தனர். 'எஜமானியே இதை எங்கே போடவேண்டும்?' முதல் முட்டாள், கேட்டான். 'சமையலறைக்குப் பின்புறம் போடு' என்றாள். மற்ற மூவரும் இதனைப் பார்த்தாலும், ஒவ்வொருவரும் கிடுகுச் சுமையை எங்கே போடுவது எனக் கிழவியைக் கேட்டனர். ஒவ்வொருவருக்கும் கிழவி அதே பதிலைக் கூறினாள். இரண்டாவது தடவையும் இந்நால்வரும் கிடுகு சுமைகளைக் கொண்டுவந்து எங்கே போடுவது என ஒவ்வொருவரும் மீண்டும் வினவினர். அதே பதிலைத் திரும்பவும் ஒவ்வொருவருக்கும் கூறினாள். மூன்றாவது முறையும் நால்வரும் இப்படியே சுமைகளைக் கொண்டு வந்தனர். முதலில் ஒருவன் வழக்கம்போல 'எங்கே சுமையைப் போடுவது?' என்று கேட்க அதே பதிலைக் கூறினாள். அடுத்த நபரும் அதே கேள்வி கேட்க, பொறுமை இழந்து போன கிழவி, 'எல்லாச் சுமைகளையும் என் தலைமீது போட்டுத் தொலையுங்கள்!' என்றாள். அப்படியே அவர்கள் சுமைகளை அவள்மீது போட அவள் இறந்துபோனாள்.

இதனால் ஆத்திரமடைந்த கிராமத்தினர் அவர்களை அடித்து, ஒரு கோடரியை அவர்களிடம் தந்து ஒரு மரத்தை வெட்டி வந்து அக்கிழவிக்குச் சவப்பெட்டி செய்யுமாறு

கட்டளையிட்டனர். ஒரு பெரிய மரத்தைப் பார்த்து அதனை வெட்ட முற்பட்டனர் நால்வரும். 'நான் மரத்தின் உச்சிக்குப் போய் நின்றால், என் பாரத்தால் மரம் சாய ஏதுவாக இருக்கும்' என்றான் முதலாவது முட்டாள். இரண்டு முட்டாள்கள் சாயும் மரத்தை தோள்களில் தாங்கிட ஆயத்தமாக நிற்க, நான்காவது முட்டாள் மரத்தை வெட்டத் தொடங்கினான். ஒரு வழியாக மரம் சாய்ந்தபோது, தாங்குவதற்கு நின்ற இருவரும் கொல்லப்பட்டனர். உச்சியிலிருந்து விழுந்தவன் அதிர்ந்து போய்க் கிடந்தான். மரத்தை வெட்டியவன், 'என் சகாக்கள் இறந்துவிட்டனரா, வெறுமனே தூங்குகின்றனரா?' என்று குழப்பமடைந்தான்.

அதிர்ந்து கிடந்தவனுக்குப் பிரக்ஞை வந்தது. அவனிடம் தமது இரு சகாக்கள் தூங்குகின்றனர் என்று தெரிவித்தான் மரம் வெட்டிய முட்டாள். எனவே இருவரும் தூங்குபவர்கள் விழித்தெழக் காத்திருந்தனர். இரண்டு மூன்று தினங்களுக்குப் பிறகு அவ்வழியே வந்த ஒரு வழிப்போக்கன், தூங்குவதாக முட்டாள்கள் சொன்ன இருவரும் இறந்துவிட்டனர் என்றான். 'எப்படி அவர்கள் இறந்துவிட்டதாகக் கூறுகிறாய்?' என்று கேட்டனர் முட்டாள்கள்.

'இறந்துவிட்ட உடலிலிருந்து நாற்றம் வருவது தெரியவில்லையா?' என்று அவன் கூறியதும் முட்டாள்கள் அங்கிருந்து கிளம்பினர்.

சில நாட்களாக எதுவும் சாப்பிடாது இருந்தவர்களில் முதலாவது முட்டாள், காறி உமிழவும் நாறுகிறது என்றான் இன்னொருவன் – 'இறந்து போனவனின் உடலிலிருந்துதானே நாற்றம் வரும்?'

'நீ சொல்வது சரிதான். நான் இறந்துவிட்டேன்' என்று கூறிய முதலாவது முட்டாள், அப்படியே சாலையில் படுத்து விட்டான்.

அச்சமயத்தில் இரண்டாவது நபரும் காறி உமிழ நாற்றமடித்தது. தானும் இறந்துவிட்டதாக எண்ணிக்கொண்ட அவனும் சாலையில் படுத்துவிட்டான். அப்போது சாலையில் ஒரு யானை மீது வந்துகொண்டிருந்த பாகன், வழிமறித்துக்

கிடக்கும் முட்டாள்களைத் திட்டினான். 'இறந்துவிட்ட நாங்கள் எப்படி எழுந்து வழிவிட முடியும்?' என்றனர் முட்டாள்கள்.

உடனே யானையிலிருந்து இறங்கிய பாகன், தன் அங்குசத்தால் இரு முட்டாள்களின் கால்களிலும் இரண்டல்லது மூன்று முறை குத்தவும், அவர்கள் தாவி எழுந்தனர். 'உனது அங்குசம் மாயாஜாலம் கொண்டது. அது இறந்தவரை மீட்டு விடுகிறது. எங்கள் கோடரியை வாங்கிக் கொண்டு அங்குசத்தைத் தந்துவிடு' என்றனர். அங்குசத்தைவிட கோடரி விலையுயர்ந்ததால், பாகன் அப்படியே மாற்றிக்கொண்டான்.

தங்கள் போக்கில் சென்றுகொண்டிருந்த முட்டாள்கள், ஒரு செல்வந்தரின் வீட்டை அடைந்தனர். செல்வந்தரின் மகள் அப்போதுதான் இறந்து போயிருந்தாள். 'நாங்கள் மருத்துவர்கள், உங்கள் மகளைப் பிழைக்க வைப்போம்' என்றனர். பிழைக்க வைத்தால் பொன்னும் மணியும் தருவதாக செல்வந்தர் வாக்களித்தார். இறந்தவள் உடலை அங்குசத்தால் அவர்கள் திரும்பத் திரும்பக் குத்தியும் அவள் இறந்தபடியே கிடந்தாள். உருச்சிதைந்த உடலைப் பார்த்து, ஆத்திரமடைந்த செல்வந்தன், தன் வேலையாட்களை விட்டு முட்டாள்களை அடிக்க வைத்தான். என் மகள் யாரென்று தெரியாத நீங்கள் ஏன் இறந்த என் மகள் உடலைச் சிதைத்தீர்கள்?' என்று வினவினான்.

'உங்களை மகிழ்வித்து சாப்பாடு பெறலாம் என்றே இப்படிச் செய்தோம்?' என்றனர்.

அவர்களை முட்டாளென்று உணர்ந்துகொண்ட செல்வந்தர், 'சகோதரியே, எங்களை விட்டு ஏன் பிரிந்து சென்றாய்? உனக்காக வருந்துகிறோம்' என்று கூறிவிட்டுப் போங்கள்' எனவும், அப்படியே செய்தனர்.

அப்படியே சென்றுகொண்டிருந்த முட்டாள்கள், திருமணம் நடந்துகொண்டிருந்த ஒரு வீட்டினை அடைந்தனர். மணமக்களிடம் சென்று, மணமகளிடம் 'தங்கையே, எங்களை விட்டு ஏன் பிரிந்து சென்றாய்? உனக்காக வருத்தப்படுகிறோம்' என்றனர். ஆத்திரம் கொண்ட மணப்பெண்ணின் சகோதரர்கள், அம்முட்டாள்களை நன்றாக அடித்துத் துவைத்தனர். 'எங்களுக்குக் கொஞ்சம் சாப்பாடு வேண்டியிருந்தது, அதற்காக உங்களை மகிழ்விக்கவே முயன்றோம்!' என்றனர்.

'முட்டாள்களே, நீங்கள் ஆடிப்பாடி எவ்வளவு மகிழ்வாக இருக்கிறோம் என்று கூறுங்கள்!' என்று கூறிய சகோதரர்கள், அவர்களை விட்டுவிட்டனர்.

அடுத்து அவர்கள் இன்னொரு வீட்டை வந்தடைந்தனர். அங்கே கணவனும் மனைவியும் சண்டையிட்டு, ஒருவரையொருவர் அடித்துக்கொண்டிருந்தனர். அம்முட்டாள்கள், இவர்களைச் சுற்றி ஆடிப்பாடியபடி, 'நாங்கள் மகிழ்ச்சியாய் இருக்கிறோம், மிக மகிழ்ச்சியாய் இருக்கிறோம்' என்றனர். தங்களைப் புண்படுத்துவதாகக் கருதிய அத்தம்பதியர் அவர்களை அடி அடியென்று அடித்து விளாசினர்.

'எங்களுக்குக் கொஞ்சம் சாப்பாடு தேவைப்பட்டது. அதற்காக உங்களை மகிழ்ச்சிப்படுத்தவே விரும்பினோம்!' என்றனர்.

அவர்கள் முட்டாள்கள் என்று புரிந்துகொண்ட தம்பதியர் 'கோபத்தைக் கட்டுப்படுத்துங்கள். நீங்கள் கணவனும் மனைவியும்தானே' என்று கூறிவிட்டுப் போங்கள் என அனுப்பினர்.

அவர்கள் போய்க்கொண்டிருந்தபோது, இப்போது இரண்டு எருமைகள் முட்டி மோதிச் சண்டை போட்டுக் கொண்டிருந்ததைப் பார்த்தனர். 'உங்கள் கோபத்தைக் கட்டுப்படுத்துங்கள். நீங்கள் கணவனும் மனைவியும்தானே' என்றனர். அவை அவர்களை முட்டி மோதிக் கொன்றன. அதுதான் நான்கு முட்டாள்களின் முடிவானது.

குறிப்புகள்:

1. இக்கதைகள் M.H.A. என்பவரால் தொகுக்கப்பட்டு மொழியாக்கம் செய்யப்பட்டு 1948இல் ஆங்கிலத்தில் வெளியிடப்பட்டன.

2. விலங்குக் கதைகள், புனைவியல் கதைகள், அதிசயக் கதைகள், நகைச்சுவைக் கதைகள் என்னும் தலைப்புகளில் இவற்றை வகைப்படுத்தியுள்ளார்.

3. விலங்குக் கதைகளில் இடம் பெறுவனவற்றுள் பெரும்பாலானவை புத்த ஜாதகக் கதைகள். பர்மிய வாய்மொழிக் கதைகள் தொல்சாகசக் கதைகளுடன் (legends) சேர்ந்தே காணப்படுகின்றன என்கிறார் தொகுப்பாளர்.

4. இப்போது மியான்மர் எனப்படும் பர்மாவில் கி.பி. 1044 இல்தான் எழுத்து வடிவம் கண்டறியப்பட்டு முறையான சரிதங்கள் ஆவணங்கள் பதிவுகள் உருப்பெறத் தொடங்கின. ஆதலின் 1044க்கு முந்தைய வரலாறே தொல்சாகசக் கதைகளின் சாயலைக் கொண்டிருக்க, வாய்மொழிக் கதைகளுடன் அவை சேர்ந்து காணப்படுவதில் வியப்பிருக்க முடியாது.

5. கி.பி. 1056இல் பௌத்தம் பர்மாவின் அரசு மதமாக மாறியபின் பௌத்த ஜாதகக் கதைகள் துறவிகளின் போதனைகளில் இடம் பெற்று, மக்களுக்குப் பரிச்சயமாகின. நீதிக்கதைகளாக இருந்த விலங்குக் கதைகள் மக்கள் வழக்கிலுள்ள வாய்மொழிக் கதைகளாகச் சேர்ந்து கொண்டன.

6. பர்மிய கதைகளில் நகைச்சுவை அலாதியான பண்பைப் பெற்றிருப்பதால், நகைச்சுவை கதைகள் என்ற ஒரு வகைமையை வாய்மொழிக் கதைகளில் பிரித்துக்காட்ட முடிகின்றது.

7. பர்மிய விலங்குக் கதைகளில் முயலே நடுநாயகம் வகிக்கும், ஆஃப்ரோ – அமெரிக்கர் கதைகளிலும் முயலே முக்கியத்துவம் பெறும். அய்ரோப்பியர் கதைகளில் நரி; மலேயாவில் ஒருவகை மான்.

8. பர்மிய விலங்குக் கதைகளில் இடம்பெறும் ‘நாகா’ இந்திய நாகா / நாகருடன் தொடர்புடையது; சீன டிராகனுடனும் நெருங்கி வருவது. எனினும் தனக்கேயான தனிச் சிறப்புகளைப் பெற்றது.

இன்னொரு அம்சமும் உண்டு. நூறு வயதாகும் முதலை மனிதனாக உருமாறிவிடும். இது ‘நாகா’வைப் போன்ற உருமாற்றமே – சட்டை உரிக்கும் நாகத்தின் பண்பிலிருந்து பெறப்பட்ட நம்பிக்கை. நாகம், முதலை இவற்றின் கலவை வடிவமே சீனத்து ‘டிராகன்.’

ஆதாரம்: Burmese Folk Tales / Ed By MHA / Oxford university press, 1948 (1959)

ஹேம்லினின் பைட் பைப்பர்

ஹேம்லின் நகரில் எலிகள் மண்டி விடுகின்றன. எங்கு பார்த்தாலும் நிரம்பிக்கிடக்கின்றன. எலிகளால் மக்களுக்குத் தொற்றும் நோய்கள் ஏற்பட்டன. இதனால் எலிகளை அப்புறப்படுத்த நகர மேயர் பைட் பைப்பரை வரவழைக்கிறார்.

பைட் பைப்பர் நகர வீதிகளில் தன் குழல் ஊதிச்செல்ல, எலிகளெல்லாம் பின்தொடர்கின்றன. நகரத்தை ஒட்டியுள்ள ஆற்றினை அவன் சென்று சேரவும் எலிகளெல்லாம் ஆற்றில் மூழ்கிப் போகின்றன. தனது இந்தப் பணிக்காக பைநிறைய தங்கம் வேண்டுகிறான். மேயரோ தனது கவலை தீர்ந்தது என்ற மெத்தனத்தில் எதுவும் தராது திருப்பி அனுப்பிவிடுகிறார் பைட் பைப்பரை.

பழிவாங்க எண்ணும் பைப்பர் இப்போது வேறொரு மெட்டினை இசைத்துச் செல்ல சிறுவர்களெல்லாம் அவனைப் பின் தொடர்கின்றனர். மேயரின் குழந்தை உட்பட மொத்தம் 130 பேர். நகரை அடுத்துள்ள குன்றுகளில் உள்ள குகைக்கு அவர்களை எல்லாம் இட்டுச் செல்கிறான். அவ்வளவுதான். குகையில் நுழைந்த சிறுவர்கள் திரும்பவில்லை. என்ன ஆயினர் என்று தெரியவில்லை. இது கிரிம் சகோதரர்கள் 200 ஆண்டுகளுக்கு முன் தொகுத்த தேவதைக் கதைகளில் உள்ள கதை. (The Ratcatcher of Hamelin).

2

இக்கதை தேவதைக் கதைகளில் சேர்க்கப்பட்டிருந்தாலும் வரலாற்று நிகழ்வினை அடிப்படையாகக் கொண்டது. 1284இல் ஜெர்மனியின் ஹேம்லின் நகரில் புனித ஜான் மற்றும் பால் தினமாகிய ஜூன் 26இல் நிகழ்ந்தது. முதலில்

ஹேம்லின் நகர தேவாலயச் சாளரங்களில் கண்ணாடிப் பதிப்பு ஓவியங்களாகத் தீட்டப்பட்டிருந்தன இக்கதைக் காட்சிகள். பல வண்ணங்களிலான சட்டை அணிந்திருந்ததால் 'பைட்' பைப்பர் எனப்பட்டான்.

முதலில் இக்கதையின் தலைப்பு 'ஹேம்லினின் குழந்தைகள்' என்றிருந்தது. பல நூற்றாண்டுகளாக வாய்மொழிக் கதையாக மக்கள் வழக்கில் இருந்து வந்தது.

'கிறித்து பிறந்து 1284வது ஆண்டில், இங்கு பிறந்த 130 குழந்தைகள் ஒரு பைப்பரால் மலைக்கு இட்டுச் செல்லப்பட்டனர்' என்னும் குறிப்பு நகர மன்றத்தில் பதியப்பட்டது. 1572இல் இதன் நினைவாக ஒரு நாணயமும் வெளியிடப்பட்டது.

ஹெர்ஃபெர்டின் ஹெய்ன்ரிச் என்னும் துறவி '30 வயதுள்ள ஒருவன் புல்லாங்குழலை இசைத்து, நகரின் பிள்ளைகளை இட்டுச் சென்றான்' (1440 –50) என்று பதிந்துள்ளார்.

எலிகளால் ஏற்பட்ட தொற்று கருப்பு மரணம் எனப்படுவதால், கொள்ளை நோயாக இருக்கக்கூடும்.

3

ஹேம்லின் நகரில் இக்கதை தொடர்பான நினைவிடங்களை நேரில் பார்த்த வந்து டிமேரி என். முராரி Did piedpiper really exist? என்றொரு கட்டுரை எழுதினார். அங்கே பைட் பைப்பர் சிலை ஒரு பீடத்தில் உள்ளது. அருங்காட்சியகம் ஒன்று பராமரிக்கப்பட்டு வருகிறது. திடீர் வெள்ளத்தால் நகரத்துக் குழந்தைகள் அடித்துச் செல்லப்பட்டிருக்கலாம் என்றொரு கதையும் வழக்கில் உள்ளதாகச் சுட்டிக்காட்டுகிறார். சிறுவர்களைக் கருப்பு மரணம் தொற்றிவிட, நகரிலுள்ள மற்றவர்களைத் தொற்றிலிருந்து காப்பாற்ற, நகரத்தினரே அப் பிள்ளைகளைத் துரத்தியடித்திருக்கக் கூடும்; புனிதயாத்திரையோ ராணுவ படையெடுப்போ மேற்கொண்டிருந்த அவர்கள் திரும்பாது போயிருக்கலாம்.

1842இல் ராபர்ட் ப்ரவ்னிங் இந்த பைப்பரைப் பற்றி ஒரு கவிதை புனைந்தார்:

"ஆச்சரியகரமான வாயில் அகலத்திறந்தது அவர்கள் மலைச்சரிவை அடைந்ததும், குகையொன்று சடடென்று திறந்துகொண்டதுபோல; பைப்பர் முன்செல்ல, பின்சென்றனர் பிள்ளைகள், கடைசிக் குழந்தைவரை குகைக்குள் வந்து சேர்ந்ததும், துரிதமாய் மூடிக்கொண்டது மலை வாசல்."

ஹேம்லின் சென்று வந்த அனுபவத்தைத் தொகுத்துப் பார்க்கும் முராரி மனதில் தோன்றுவது: 'கடந்த காலம் தேவதைக் கதைகளாக நம்மிடம் வருகின்றது. நம்மை ஆறுதல்படுத்திக்கொள்ள அவற்றை நம்புகிறோம். நிகழ்காலமும் தேவதைக் கதையாகப் பின்னப்படுகையில், நாம் உண்மை யிலேயே பீதியுற வேண்டும்.'

ஆதாரங்கள்:

1. Grimm's Fairy Fales
2. Unmasking fairytales / Indiatoday, Det 28, 2016
3. Did Pied Piper really exist / Timeri N. Murari, The New Sunday Express, March 18, 2009

சீன வாய்மொழிக் கதை

பினுவும் பெருஞ்சுவரும்

மெங் ஜியாங்கின் கணவனை இட்டுச்செல்லும் மன்னரின் வீரர்கள், பெருஞ்சுவர் கட்டும் பணியில் கட்டாயமாக ஈடுபடுத்துகின்றனர். நீண்ட காலமாகியும் என் கணவனுக்கு என்ன நேர்நதது என்று தெரிந்துகொள்ள முடியாத மனைவி, குளிர்காலத்தில் தன் கணவனுக்குத் தேவையான ஆடைகளுடன், கணவனைத் தேடிப் புறப்படுகிறாள். காடுகளை மலைகளைத் தாண்டி பல மைல் தூரம் நடந்து போகிறாள். ஒரு வழியாக பெருஞ்சுவரைச் சென்று சேருகிறாள். ஆனால் அவளது கணவன் ஏற்கனவே இறந்துவிட்டிருக்கிறான். ஓயாமல் அவள் அழுது தீர்க்க, அவரின் ஒரு பகுதி சரிந்து விழ, கணவனின் எலும்புகள் தென்படுகின்றன.

இரண்டாயிரம் வருடங்களாக வாய்மொழிக் கதை, சாகசக் கதை என வழங்கி வந்துள்ள இக்கதை, சீனத்தின் மாபெரும் நான்கு கதைகளில் ஒன்றாக மக்களால் கருதப்படுகிறது. Butterfly Lovers, The cowherd and the Weaving Maid, Legend of the White snake என்பன இதர மூன்று கதைகள்.

சீனத்தின் ஸாண்டோங் மாகாணத்திலுள்ள Great wall of Qi என்பதுதான் இக்கதையில் சரிந்து விழும் பகுதி என அடையாளம் காணப்படுகிறது. 1594இல் மெங் ஜியாங்கிற்கு ஆலயம் ஒன்று நிர்மாணிக்கப்பட்டது. இன்றளவும் பராமரிக்கப்பட்டு வருகிறது.

பின்னர் உருவான ஆவணம் ஒன்று, இக்கதைப் போக்கை இப்படிப் பதிவு செய்தது: ‘அவளது கணவன் இறந்தபோது, அவளுக்குப் பிள்ளைகளோ உறவினர்களோ திரும்பிச் சென்றுசேர சொந்த இடமோ இல்லை. பெருஞ்சுவரை ஒட்டி

தன் கணவனின் பிரேதத்தின் அருகே அழுது அரட்டிக் கொண்டிருக்க, போவோர் வருவோர் எல்லாம் இரக்கம் கொண்டனர். பத்தநாள் கழித்து சுவர் சரிந்தது.

கணவனது உடல் அடக்கம் செய்யப்பட்டதும், "இப்போது எனக்குத் தந்தையில்லை, கணவனில்லை, மகனில்லை... நான் செய்யக்கூடியதெல்லாம், மடிந்துபோவதுதான்."

கொடுங்கோல் ஆட்சி புரிந்துவந்த சர்வாதிகாரி க்வின் ஸின் குவாங்டி காலத்தில் இது நிகழ்ந்தது என்று ஒரு குறிப்புண்டு. காட்டுமிராண்டி வீரர்களின் படையெடுப்பிலிருந்து தன் அரசைப் பாதுகாத்திட, அரணாக ஒரு சுவர் எழுப்ப அவன் முடிவெடுத்தான். ஆனால் கட்டப்படும் சுவர் உயராமல் சரிந்துகொண்டே வந்தது. பத்தாயிரம் வீரர்களுக்குச் சமமான, ஒரேயொரு வீரன் **வான் ஸிலியாங்கை** இப்பணியில் அமர்த்தினால் பணி நிறைவேறும் என்று ஆலோசனை கூறப்படுகிறது. வேலையில் ஈடுபட்ட **ஸிலியாங்** மூச்சுத்திணறி ஓய்ந்து இறந்து போகிறான். கணவனைப் பற்றிய செய்தி தெரியாத மனைவி, குளிர்கால உடைகளுடன் புறப்படுகிறாள். தனது பலவீனத்தைப் பொருட்படுத்தாமல், பெற்றோரின் ஆட்சேபணைகளை ஒதுக்கித் தள்ளிவிட்டு, காடுகள் மலைகள் தாண்டி பயணிக்கின்றாள். அதற்குள் கணவன் இறந்துபோயுள்ளான். கண்ணீர் வடித்து நிலை குலைந்து கிடக்கிறாள். சுவர் சரிந்து விழும் மட்டும் அழுகின்ற அவளால் எலும்புகளையே பார்க்க முடிகிறது. அவற்றில் கணவனுடையவை எவையென்று தெரியவில்லை. தன் விரலில் குத்தி ரத்தம் வடிய, வடியும் ரத்தம் தன் கணவனது எலும்புகளையே துளைத்துச் செல்லட்டும் என வேண்டுகிறாள்.

கதையின் இன்னொரு வடிவம்: நாட்டின் சக்கரவர்த்தி, மெங்கின் நிலையறிந்து அவளை அரசவைக்கு வரவழைக்கிறான். அவளது அழகில் மயங்கிடும் மன்னன், அவளை மணமுடித்துக் கொள்ள விருப்பம் தெரிவிக்கிறான்.

அதற்கு அவள் மூன்று நிபந்தனைகள் விதிக்கின்றாள். தன் கணவனை கண்ணியப்படுத்தும் வகையில் 49 நாட்கள் கொண்டாடப்பட வேண்டும்; தன் கணவனுக்குப் படையலிட்டுப் படைத்திட, 49 அடியில் நினைவுச்சின்னம் ஆற்றங்கரையில் எழுப்பப்பட வேண்டும்; கணவனை அடக்கம் செய்யும் போது

சக்கரவர்த்தியும் அரசவையினரும் பங்கேற்க வேண்டும் என்பன அந்நிபந்தனைகள். இவை நிறைவேற்றப்பட்டதும், நினைவுச் சின்னம் மீதேறிடும் மெங், சக்கரவர்த்தியைச் சபித்து, அவரது கொடுங்கோலாட்சியை நிந்திக்கின்றாள். உடனே ஆற்றில் பாய்ந்து மூழ்கிப் போகிறாள்.

கதைப்பாடலாக இக்கதை மாற்றப்படும்போது: க்வி லியாங் சுவர் எழுப்பும்போது அவனது உடலும் சேர்ந்து நிர்மாணிக்கப்படவே, அவனது ஆன்மா முட்களிடமும் புதர்களிடமும் அலைந்து திரிகிறது. ‘மண்ணின் கீழே கிடக்கும் அப்பாவி வீரன் ஒருபோதும் உன்னை மறக்க மாட்டான்’ என்கிறார் தன் மனைவியிடம்.

இன்னும் பிறகு வந்த காலகட்டத்தில், இதன் தடயத்தை ஒரு பாடல் பதிந்து வைக்கிறது.

‘முதல் மாதம் ப்ளம் பூக்களின் மாதம்
ஒவ்வொரு குடும்பமும் ஏற்றுகிறது தன் செவ்விளக்கினை
அண்டை வீட்டார் வந்து சேருகிறார் தன்
உறவுகளுடன் ஒன்றிணைய
என் கணவர் மட்டுமே தொலைவிலே உள்ளார்
பெருஞ்சுவர் நிர்மாணத்தில்.’

1926இல் திரைப்படமாகிறது இவ்வாய் மொழிக்கதை.

II

இக்கதையை அடிப்படையாக வைத்து, **சு தோங்க்** என்னும் எழுத்தாளர் மறுஎழுத்தாக்கமாக, Binu and the Great wall என்னும் தலைப்பில் நாவலாக எழுதுகிறார்.

‘பினு வாழ்ந்து வரும் கிராமத்தில் யாரும் கண்களால் அழுததில்லை. ஏனெனில் அழுவது தடை செய்யப்பட்டுள்ளது. வறுமைக்குடும்பத்தில் பிறந்த பினு, ஊரால் ஒதுக்கப்படுகிறாள் – அவளால் தன் கண்ணீரை மறைக்கத் தெரியாததால். இருண்ட காலத்தையே எதிர்நோக்கிய அவள், ஒருநாள் அநாதையான **க்விலாங்கைச்** சந்திக்கிறாள். அவன் அவளை விரும்பி மணமுடித்துக் கொள்கிறான். அவன் அந்நாட்டு

வீரர்களால் பிடிக்கப்பட்டு, பெருஞ்சுவர் எழுப்பும் பணியில் கட்டாயப்படுத்தப்படுகிறான். நீண்ட நாளாகியும் கணவன் திரும்பாதலால், குருட்டுத்தவளையின் துணையுடன் தேடிச் செல்கிறாள். வழியில் தென்படும் மலை சார்ந்த குளத்தில் நீர் நிரம்பியுள்ளது. அது கண்ணீர் குளத்தின் நீர். யாரும் அருந்தலாகாது. மன்னர் தன் மாமா ஸிண்டாவோவைத் துரத்தி விட, காடுகளில் திரிந்து தற்கொலை செய்து கொண்டவர் அவர். அதன் காரணமாக மக்கள் வடித்த கண்ணீரால் நிரம்பிய குளம் அது... இப்படி காடுகள் மலைகள், தாண்டி பெருஞ் சுவரை அடைவாள்...' இப்படி அவரது எடுத்துரைப்பு போகும்.

"வடக்கு மலையின் மக்கள் தம் துயரத்தை ஞாபகப்படுத்தி தம் பிள்ளைகளிடம் எடுத்துரைப்பார்கள் - மற்றவர்களின் மூதாதையர் பூமிக்குக் கீழே கிடக்கின்றனர், ஆனால் நம் மூதாதையரது ஆன்மாக்கள் மலைச் சரிவுகளில் அலைந்து திரிகின்றன. மற்றவரது மூதாதையர் பசி பட்டினி நோய் முதுமையால் மடிந்தனர். நமது மூதாதையரோ அநீதியால் மடிந்தனர். ஏன்? அவர் தம் மரணங்களுக்கு அவர்தம் கண்களே காரணம்; தம் கண்ணீரிலேயே அவை மூழ்கிப் போயின"

என கதைக்கான மூல காரணத்தைக் குறிப்பிட்டும், வாய்மொழிக் கதையின் வடிவத்தைத் தக்க வைத்துக்கொண்டும், வசீகரமான நாவலை மறுஎழுத்தாக்கம் செய்கிறார் சு தோங்க்.

III

சடங்கு சம்பிரதாயத்தின் மீதான தனி நபர் உணர்வின் வெற்றியாக, அதிகாரத்தின் மீதான பெண்களின் வெற்றியாக, நிலப்பிரபுத்துவ மேட்டுக்குடியினர் மீதான சாதாரணமான மக்களின் வெற்றியாக ஆய்வாளர்கள் இக்கதையை முன்னிறுத்துகின்றனர்.

இறந்த கணவனைக் கண்ணியப்படுத்த வேண்டும் என மெங் கோருவது, கன்ஃபூஸிய சிந்தனையின் தாக்கம் கொண்டது.

சீனத்தின் புதிய பண்பாட்டு இயக்கச் சூழலில், சீனப் பெருஞ்சுவர், கொடுங்கோல் ஆட்சியைக் குறிப்பது. மனிதநேயமற்ற நிலப்பிரபுத்துவ சீனத்திற்கெதிரான எதிர்ப்பின்

/ ஆத்திரத்தின் அடையாளமே மெங் என வாய்மொழிக் கதை ஆய்வாளர்கள் விளக்கினர்.

இக்கதை மூலம் வெளிப்படும் மக்கள் ஞாபகத்தின் ஆற்றலை, லியு பன்னோங் என்னும் ஆய்வாளர் ஒரு கவிதையில் பதிவு செய்கிறார்:

"மெங்ஜியாங்கைப் பற்றி இன்றளவும் பேசுகின்றனர் மக்கள். முதலாவது சக்கரவர்த்தி க்வின் குறித்தோ வீரதீர சக்கரவர்த்தி ஹான் குறித்தோ பேசுவதில்லை. காலம் பூராவம் சாதாரண துயரினை விடவும் வேதனையானது வேறெதுவுமில்லை. காலமெல்லாம் நிலைத்து வாழ்கிறார் மெங் தன் கண்ணீரில்"

ஆதாரங்கள்

1. Binu and the Great Wall / su Tong / Trby Howard Goldblatt

2. Lady Meng Jiang / Wikipeadia.com

ஓநாயாக மாற்றப்பட்டவள்: ஓர் எஸ்டோனியக் கதை

ஒரு காலத்தில் இரு மகள்களுடன் ஒரு தாய் இருந்தாள். அவர்களில் அவளது மகள் அருவருப்பாயிருக்க, அழகாயிருந்தவள் வளர்ப்பு மகள். ஒரு வியாழன் மாலையில், ஒரு மாப்பிள்ளை வீட்டார் வந்தனர். அத்தாய் தன் மகளை உட்கார வைத்து, தின்பதற்கு ரொட்டியும் வெண்ணையும் தர, வளர்ப்பு மகளை பன்றிகளுக்கான கஞ்சியைக் கிளறும்படி செய்திருந்தாள். மாப்பிள்ளை வீட்டாரிடம், இருவரில் யாரைப் பிடித்துள்ளது என்று கேட்டாள். பன்றிகளுக்குக் கஞ்சி கிண்டுபவளைப் பிடித்தள்ளது என்றான் மாப்பிள்ளை. தன் மகளை மணமுடித்துக் கொடுக்க எண்ணியிருந்த தாய், அடுத்த வியாழனன்று வருமாறு கூறிவிட்டாள். அந்த வியாழனன்று மீண்டும் அவர்கள் வந்தபோது, வளர்ப்பு மகளை ரொட்டியும் வெண்ணையும் தின்னவைத்து, தன் மகளை பன்றிகளுக்கான கஞ்சியைக் கிண்ட வைத்திருந்தாள். இம்முறை மாப்பிள்ளை வீட்டார், ரொட்டி – வெண்ணெய் தின்பவளைத் தெரிவு செய்தனர். மூனறாவது முறையாக அடுத்த வியாழனன்று மாப்பிள்ளை வீட்டாரை வருமாறு கூறிவிட்டாள். இப்போது தன் மகளை ரொட்டி – வெண்ணெய் தின்னுமாறு விட்டுவிட்டு, வளர்ப்புப் பெண்ணைக் கஞ்சியைக் கிண்டுமாறு செய்திருந்தாள். திரும்பவும் மாப்பிள்ளை வளர்ப்புப் பெண்ணையே தெரிவு செய்தான். தாய் ஒப்புக்கொண்டாள்.

மணவீட்டார்கள் தேவாலயத்திலிருந்து திரும்பியதும், தாய் வளர்ப்புப் பெண்ணின் உடைகளைத் தன் மகளுக்கு

அணிவித்து, வளர்ப்புப் பெண்ணை ஒரு கொப்பரையில் வைத்து மூடிவிட்டாள். திருமணக்குழு மணமகன் இல்லம் நோக்கிப் புறப்பட்டது. வழியீல் ஒரு குரல் அழைத்தது:

“மணமகனே, உன் வண்டியை நிறுத்து, அந்நியரை அழைத்து வந்துள்ளாய் உன் மனைவியை விட்டுவிட்டு!”

ஆனால் அப்படி ஒன்றுமில்லை என மணப்பெண் உறுதிப்படுத்தினாள்:

‘என் மணிகள் ஒலிக்கின்றன,
என் வெள்ளி நகைகள் கலகலக்கின்றன,
என் வளையல்கள் ஆரவாரிக்கின்றன.’

நெடுந்தூரம் சென்றதும் ஒரு குரல் அழைத்தது:

“மணமகனே, உன் வண்டியை நிறுத்து, அந்நியரை
அழைத்து வந்துள்ளய் உன் மனைவியை விட்டுவிட்டு!”

ஒரு பாலத்தின் மீது அவர்கள் நின்றனர். இதற்கிடையே கொப்பரை மூடியை சேவலொன்று தள்ளிவிட்டு, கொப்பரை சாயவும், மணப்பெண் நிர்வாணமாகப் பாலத்தை நோக்கி வந்துகொண்டிருந்தாள். பொய்யான மனைவியிடமிருந்த புத்தாடைகளைக் கழற்றி, உண்மையான மணப்பெண்ணுக்கு அணிவிக்கப்பட்டது. பொய்யான மனைவி பாலத்தின் அடியில் விட்டுச் செல்லப்பட்டாள்.

ஓராண்டு கழியவும், தாய் தன் மகளின் குழந்தையைப் பார்த்துவரக் கிளம்பினாள். பேத்திக்குத் தரும் பொருட்டு கஞ்சிக் கலயத்தைத் தோளில் சுமந்து சென்றாள். பாலத்தை அடைந்ததும், பாலத்தின் கீழே பூண்டு தாள்கள் சிலவற்றை எடுக்கப் போனாள் –

“பூண்டுத் தாள்களைப் பொறுக்குகிறேன்

என் பேத்தி விளையாட!” என்று கூறியபடி.

அப்போது பூண்டுத் தாள்கள் கூறின:

“தாயே, நீயொன்றும் பொறுக்க வேண்டாம், உன் மகளின் தொப்பூள் கொடி உள்ளது!”

எனவே அத்தாய் தன் மகளை அழைத்துக்கொண்டு, மாப்பிள்ளையுடன் வளர்ப்பு மகள் வாழ்கின்ற இடத்திற்குச் சென்றாள். செவிலித்தாய் வெளியே போயிருந்தாள், குழந்தை விளையாடிக்கொண்டிருந்தது. அதன் தாய் உள்ளேதான் இருக்க வேண்டும் என உணர்ந்து, வீட்டுக்குள் நுழைந்த தாய், இளம் மனைவியின் உடைகளை அவிழ்த்துத் தன் மனைவிக்கு உடுத்தினாள், அப்புறம் இளம் மனைவி மீது ஓநாய்த் தோலை கவிழ்த்துவிட்டாள் – அப்போதுதான் அவள் காட்டுக்கு ஓடி ஓநாயாகி விடுவாள் என்று; அவளது மகள் குழந்தையின் தாயாக வீட்டில் இருந்து விட்டாள். ஒவ்வொருமுறை குழந்தைக்குப் பாலூட்டும் போதும் சுவர்ப்பக்கமாகத் திரும்பிக்கொள்வாள். பால் கிட்டாத குழந்தை அழுது அரட்டும். இப்பிரச்சனையினை கணவன் முதியவரிடம் தெரிவிக்க, அவர் சொன்ன யோசனை: செவிலித்தாய் அக்குழந்தையைத் தூக்கிக்கொண்டு, வியாழன்று இரவில் வயலில் உள்ள பெரிய பாறையை அடைந்து, பாடவேண்டும்:

"வீட்டுக்கு வா குழந்தையின் தாயே,
வந்து குழந்தைக்குப் பாலூட்டு,
சின்னக் குழந்தைக்குச் சிறிது பால்தா,
மரப்பட்டையையும் செப்பு கம்பியையும்தான்
கொரிக்கின்றாள்'

கணவன் அப்படியே செவிலித்தாயை அழைத்துச் சென்று பாட வைக்கின்றான். காட்டிலிருந்து வெளிவந்த ஓநாய், தன் ஓநாய்த்தோலைக் கிடத்திவிட்டு, குழந்தைக்குப் பாலூட்டியது. கிளம்பும்போது அவள் கூறுகிறாள்:

"இன்னும் ஒருமுறை வருவேன், அப்புறம் என்கூட்டத்துடன் போக வேண்டியிருப்பதால், என்னால் வர இயலாது."

மூன்றாவது வியாழனன்று, செவிலித்தாய் அதே பாடலைப் பாடினாள். ஓநாய் பாலூட்டிவிட்டுக் கூறியது:

"இதுதான் கடைசி முறை, இனியும் என்னால் வர இயலாது, ஆனால் இங்கே கருகுவது போல் வாசனை வருகிறதே, அது என்ன?"

சா. தேவதாஸ்

"கிராமத்தில் பன்றியை வறுக்கின்றனர்" - செவிலித்தாய் குறிப்பிட்டாள்.

கிளம்புவதற்கு முன், தன் ஓநாய்த்தோலை எடுக்க முற்பட்ட ஓநாய், அது கரிந்து கிடக்கக் கண்டது. அம்மணமாகவே காட்டுக்குள் போக இருந்தவளை அவளது கணவன் வீட்டுக்கு இட்டுச் சென்றான். இப்போது அவனுக்கு இரு மனைவியர். என்ன செய்வது? அறையைச் சூடாக்கினான். ஏணியின் முன்னே பெரிய துளைபோட்டு, பானையில் நீரைக் கொதிக்க வைத்தான். அதனை வெள்ளைத் துணியால் மூடினான்.

வியர்த்துக் கொட்டும் பெஞ்சினை முதலில் சென்றடைபவர் தன் மனைவியாயிருக்கலாம். அப்புறம் தன் உண்மையான மனைவியிடம் அமைதியாகக் கூறினான்:

'நீ வேகமாக ஓட மாட்டாயா?'

மணமாகாத மனைவி, பெஞ்சினை முதலில் சென்று சேர விரும்பி, ஏணிக்கு விரைந்து சென்று, கொதி நீரில் விழுந்துவிட்டாள். சிறிது நேரத்தில் ஒரு சலசலக்கும் பறவை (Magpie) கொப்பறையிலிருந்து பறந்து போனது. அப்பெண் அப்படி மாறிவிட்டாள். இப்படித்தான் சலசலக்கும் பறவை உலகுக்கு வந்தது.

ஓநாயாக மாற்றப்பட்டவள் - கதை குறித்த குறிப்புகள்

எஸ்டோனியாவில் ஒரு விசித்திரமான வாய்மொழிக் கதை. ஒரு வளர்ப்புத்தாய் திருமணமான தன் வளர்ப்புப் பெண்ணை ஓநாயாக்கிவிட்டு, அவளிடத்தில் தன் மகளை நிறுத்தி விடுகிறாள். வளர்ப்புப் பெண்ணின் குழந்தை தாய்ப்பாலின்றி தவிக்கிறது. வளர்ப்புத் தாயின் பெண்ணால் பால் புகட்ட முடியாது. செவிலித்தாய் அக்குழந்தையை ஒரு வனத்தின் கோடியிலுள்ள பாறைக்கு எடுத்துச் சென்று, அக்குழந்தையின் உண்மையான தாயை வருமாறு அழைக்கிறாள். காட்டிலிருந்து வரும் ஓநாய், தன் ஓநாய்த்தோலைப் பாறையில் போட்டுவிட்டு, மானுட வடிவில் குழந்தைக்குப் பாலூட்டுகிறாள். அவள் கணவன் இதனை அறிகின்றான். அவள் திரும்பவும் பாலூட்ட வந்து ஓநாய்த் தோலைப் பாறையில் போடும்போது, அதனை எரிந்துபோகுமாறு செய்துவிடு என ஒரு புத்திசாலி ஆலோசனை

சொல்கிறார். அவன் அப்படியே செய்து, தன் மனைவியை மீண்டும் அடைந்து விடுகிறான். வளர்ப்புத்தாயின் மகள் தூக்கிலிடப்படுகிறாள் அல்லது சலசலக்கும் ஒரு பறவையாகி விடுகிறாள். இது கதையின் உருவரை.

இக்கதையின் ஒருசில வடிவங்களில் வளர்ப்புத்தாயும் அவளது மகளும் துரத்தி அடிக்கப்பட, வேறு சிலவற்றில், முதலில் அடிக்கப்படுகின்றனர்.

எஸ்டோனியாவுக்கு வெளியே லாப்லாந்தில் இக்கதை மாறுதலாகச் சொல்லப்படும். ஓர் இளவரசன் நவேசநாட்டு இளவரசியை மணந்துகொள்கிறான். ஒரு சூனியக்காரக்கிழவி அவளைப் பொன்னிற வாத்தாக மாற்றி தண்ணீரில் குதிக்க வைப்பாள். இந்தச் சூனியக்காரியின் பெயரான **ஹட்டேசன்** என்பதற்கு கருப்புப் புழு என்றும் பொருளுண்டு. மக்கள் ஏன் அவ்விளவரசனின் வீட்டுக்குள் வரமாட்டேன் என்பதற்குக் காரணம், அவளிருக்கும் அறை நாற்றமடிக்கிறது என்பதுதான். வாசலில் கட்டப்பட்டுள்ள அவளது முடிக்கற்றையைக் கண்டறிந்து அகற்றினாலே அந்நாற்றத்தைப் போக்க முடியும்.

பாலூட்டுவது பற்றி இவ்வடிவில் குறிப்பிடப்படவே இல்லை, குழந்தைகூட ஒருமுறையே சொல்லப்படும். பறவையாக மாறிய தாய், ஒவ்வோர் இரவிலும் தன் குழந்தையைப் பார்க்க வருவாள் என்னுமிடத்தில் அப்படித் தன் குழந்தையைக்காண, நீரிலிருந்து வெளிப்படுகையில், தன் வால் பகுதியை (தோகையை) ஒரு பாறையின் கீழே மறைத்துக்கொள்வாள்.

லாப்லாந்துக் கதையின் வேறுசில வடிவங்களில், சூனியக்காரியின் மகளை இளவரசன் எரியும் கம்பத்தில் தள்ளிவிட, அவள் எரிந்துபோய், அவளின் சாம்பல் பாம்புகளாக, சிலந்திகளாக, தவளைகளாக மாறி, பறந்தோடிவிடும்.

மீண்டும் மானுட உருவை அடையுமுன் ஓநாயாக, கரடியாக, பாம்பாக, நூற்புக்கதிராக மாறிவிடுவாள். சூனியக்காரியும் அவளது மகளும் தண்டிக்கப்படுவதிலும் விவரணங்கள் மாறுபடும். சூடேற்றப்பட்ட புதரிலோ / அறையிலோ எரிக்கப்படுவாக்ள் அல்லது குதிரையால் இழுத்துச் செல்லப்பட்டு நார் நாராகக் கிழிபடுவார்கள்.

ரஷ்யாவில் குறைவாகவே சொல்லப்பட்டு வரும் இக்கதை வடிவங்களில், அப்பெண் காட்டுப்பூனையாக, நரியாக, ஆடாக, மானாக மாற்றப்படுவாள். இன்னும் சிலவற்றில் மீனாக, வாத்தாக மாற்றப்படுவதுண்டு.

லாட்வியாவின் கதை வடிவமும் போக்கும் மாறுபடும். ஓர் அநாதைப்பெண் மணமுடிக்கின்றாள். மாப்பிள்ளையும் பெண்ணும் மாப்பிள்ளை வீட்டுக்குச் செல்கையில், பெண்ணின் வளர்ப்புத்தாய் தங்களுடன் வருவதை மாப்பிள்ளை விரும்பவில்லை. கணவனின் தந்தை இறந்துபோனதும், வீட்டு வேலைகள் செய்ய, வளர்ப்புத்தாய் வந்துசேருகிறாள்.

கதையின் முற்பகுதி மணமுடிப்பது, முதல் குழந்தை பிறப்பது என நிம்மதியாகச் செல்கிறது. வளர்ப்புத் தாயினால் பிரச்சனை எழுகிறது. அவன் மனைவியை அவள் ஓநாயாக மாற்றிவிடுகிறாள். மனைவியின் இல்லத்துடனான அவளது ஒரே பந்தம் குழந்தை. எனவேதான் ஓநாயாக இருந்தும், காட்டுக்கும் நாகரிகத்திற்கும் இடைப்பட்ட எல்லைக்கு வந்து குழந்தைக்குப் பாலூட்டுகிறாள். இறுதியில் புத்திசாலியின் ஆலோசனைப்படி, கணவன் தன் மனைவியை மீண்டும் அடைகிறான்.

2

இக்கதை குறிப்பிட்ட வரலாற்று – பண்பாட்டுச் சூழலைச் சேர்ந்ததாகையால், அச்சூழலை அடையாளப்படுத்தினாலே, இக்கதையின் பின்புலத்தை/புதிர்களை அவிழ்க்க இயலும் என்றெண்ணுகிறார் **மெரிலி மெட்ஸ்வஹி**. வாய்மொழிக் கதைகளில் தாய்வழிச் சமூகத்தின் தடயங்களைக் காண முடிவது அதில் ஓரம்சம். தாய்வழிச் சமூகத்திலிருந்து தந்தை வழிச் சமூகத்திற்கான மாறுதல் கட்டத்தைச் சேர்ந்தவை இக்கதையின் பல கருத்திழைகள். மக்களின் மனங்கள் முழுதாக அம்மாற்றத்தை ஏற்காதுகூட இருந்திருக்க வாய்ப்புண்டு. பெண் பாத்திரங்கள் தம் வாழ்வைத் தமது கட்டுப்பாட்டில் வைத்திருப்பது அக்கருத்திழைகளுள் ஒன்று. **எஸ்டோனிய** மற்றும் **கரேலியன்** சம்பிரதாயங்களிலும் வாய்மொழிக் கதைகளிலும், தாய்வழிச் சமூகத்தின் பண்புகள் பலவற்றைக் காணலாம்; தந்தை வழிச் சமூகத்தில் இருப்பதை விடவும், பெண்கள் மேலும் துடிப்பான பாத்திரம் வகிப்பார்கள்.

வளர்ப்புப்பெண் ஓநாயாக மாற்றப்பட்ட பின், கதையில் மாறுதல் ஏற்பட வேறொருவர் அவசியமாகிறது. அவர் இங்கே கணவராக இருக்கிறார். தன் அதிகாரத்தில் உள்ளவராகக் கணவர் செயல்படுகிறார்.

ஆனால் மனைவி அவ்வளவாக ஒத்துழைப்பதில்லை. சந்தேகப்படுகிறாள், ஓநாய்த்தோல் கருகிய பிறகும் அதனை எடுத்துக்கொள்ள முற்படுகிறாள். இன்னும் சில வடிவங்களில், மனைவியிடம் ஓநாய்த்தோல் இல்லாத நிலையிலும காட்டுக்குத் திரும்ப முற்படுகிறாள். இன்னும் வேறுசில வடிவங்களில், தன் மனைவியை இயல்பு நிலைக்குக் கொண்டுவர, கணவன் பெரிதும் சிரமப்படுகிறான். ஒரே க‌ரேலியன் வடிவில், தன் ஓநாய்த்தோல் எரிந்து போனதை அறியும் மனைவி, நான் உன்னுடன் வாழமாட்டேன்! கடற்கரையின் கூழாங்கற்கள் மேலே ஓடுவேன். திரும்பிவர மாட்டேன்!" என்றுகூடச் சொல்கிறாள்.

3

கதையின் முற்பகுதி, ஆணாதிக்க சமூக அமைப்புடன் இயைந்துபோக இயலாத, மூத்த தலைமுறையைச் சேர்ந்த ஒருத்தி, தனக்குப் பிறக்காத வளர்ப்புக் குழந்தையை ஏற்க முடியாதிருப்பதைச் சொல்கிறது; கதையின் அடுத்தபகுதி, அடங்கிப்போக முடியாத யுவதி பற்றிப் பேசுகிறது. வளர்ப்புத்தாயின் வீட்டிலிருந்து மாமியார் – மாமனார் இல்லம் செல்வதில் மகிழ்வடைகிறாள். ஆனால் அங்கே இளம் மனைவியாகி, ஒரு குழந்தையைப் பெற்றதும் வாழ்க்கை எளிதா யில்லை. தன் பெற்றோருடன் இருந்த வாழ்க்கை மீதான ஏக்கம். முறித்தெறியப்படாத சமூக உறவுகள் இன்னும் பொருந்துகின்றன – தன் வளர்ப்பு மகளுக்குக் கேடு வரவேண்டும் என வளர்ப்புத்தாய் இன்னும் எண்ணுகிறாள். எனவே ஓநாய்த்தோலை எரிப்பதை, மனைவியின் விடுபடலாக விடுதலையாக விளக்கிட முடியாது. இறுதியில் விலங்கு மானுட வடிவுக்கு மாறுதல் அடைகிறது. இது இன்னும் **விலங்கு - விலக்கக்** குறியுடனான மனத்தொடர்புகளை தக்கவைத்திருப்பதாகும். உளப்பகுப்பாய்வு விளக்கப்படி, இவ்வித விடுதலை, (வளர்ப்பு) தாயுடனான எதிர்மறை பந்தங்களை விட்டுவிடுவதாகும். விலங்கின் தோலை

எரிப்பது, வளர்ப்புத் தாயிடமிருந்தான விடுதலை அல்ல. ஓநாய் கூட்டத்துடன் வாழும் போதுதான் இளம் மனைவி தன் வளர்ப்புத்தாயிடமிருந்து விடுபட்டிருக்கிறாள்; வளர்ப்புத்தாய் அழிக்கப்படும் போதே, உண்மையான விடுதலை கிட்டுகிறது.

4

ஒரு இளம் பெண்ணின் வாழ்வில் ஓநாயின் வாழ்வு ஏன் தூண்டுதல் தருவதாய் உள்ளது, இக்கதையின் ஃபின்லாந்து வடிவங்களில் ஏன் வளர்ப்புப் பெண் ஓநாயாக மாற்றப்படவில்லை?

சூனியக்காரி தொடர்பான விசாரணைகளில் விலங்காக / பறவையாக உருமாற்றமடையும் தன்மைகள் இடம்பெற்றன; இவற்றின் தோற்றுவாய் குலக்குறியில் இருக்கக்கூடும்; அது மறக்கப்பட்டிருந்து, புதிய கவன ஈர்ப்பைப் பெற்றிருக்கலாம். இதன் காரணமாக எஸ்டோனியரிடையே தொன்மையான நம்பிக்கைகளின் புதுப்பித்தலுக்கு ஜெர்மானிய – இதர மேற்கு அய்ரோப்பிய அறிஞர்கள் வழிவகுத்திருப்பர்.

1925இல் ஒருகதை கரெலியன் கிராமத்தைச் சார்ந்ததாக வெளியாகியுள்ளது. அதன்படி: அக்கிராமத்து ஆடுமாடுகளை ஒரு கரடி துன்புறுத்துவதாகக் கிராமத்தினர் எரிச்சலுற்றனர். அதனைச் சமாதானப்படுத்திட, கரடிகளின் தலைவனுக்கு ஒரு பெண்ணை மணம் செய்துகொடுக்க வேண்டும் என முதியவர் ஒருவர் கூறுகிறார்.

ஒருத்தி மணப்பெண் போல அலங்கரித்து காட்டுக்குள் அனுப்பப்படுகிறாள். அவள் பிடிவாதம் பிடித்தாலும், மரத்தில் கட்டுவிக்கப்பட்டு விடுகிறாள். நல்வாய்ப்பாக அவள் கட்டிலிருந்து விடுபட்டு, அருகிலுள்ள கிராமத்திற்குப் போகிறாள். போலீஸ் விசாரித்தபோது, இது எங்களது தொன்மையான சம்பிரதாயம் என்கிறார் அம்முதியவர்.

ஒருவன் / ஒருத்தி தானாகவே ஓநாயாக மாற முடியும் என்னும் நம்பிக்கை 1550 லிருந்தே இருந்து வருகிறது. இது குடியானவர்களிடையே மட்டுமின்றி, உள்ளூர் ஜெர்மானியரிடையேயும் நிலவிற்று.

5

திருமணத்திற்கு முந்தைய பாலியல் உறவுகள், 19ஆம் நூற்றாண்டின் பிற்பகுதியிலும் 20ஆம் நூற்றாண்டிலும் எஸ்டோனியரிடையே பரவலாக இல்லையெனினும், சில பிரதேசங்களில் இருக்கவே செய்தன. குடியானவர்களை முற்றிலுமாக ஆணாதிக்க நெறிகளுக்கு உட்படுத்தும் தேவாலய முயற்சிகள் ஓரளவே வெற்றி பெற்றன; எதிர்விளைவை ஏற்படுத்தின. மனைவி காட்டு வாழ்வுக்குப் பழகிப்போவதும், வீடு திரும்பத் தயங்குவதும் இத்தகைய எதிர்வினையா யிருக்கலாம்.

ஓநாய், கரடி, பாம்பு என்பன, திருமணத்திற்கு முந்தைய பாலியல் சுதந்திரத்தின் குறியீடுகளாக, இல்லத்தரசியின் பண்பு நலனாக, நூற்கதிருக்கு எதிர்நிலையில் நிற்கின்றனவா? – நூற்கதிர் நிரந்தரமான வீட்டு வேலைளைக் குறிப்பதால். அம்மனத் தொடர்புகளால், அதே கதைப்பின்னல் ஒரு சாகசக்கதை (legend) யாகவும் இருந்தது.

6

இந்த எஸ்டோனியக் கதை, வாய்மொழிக் கதை மற்றும் சாகசக்கதை இருவடிவங்களிலும் ஆவணப்படுத்தப்பட்டுள்ளது. குறிப்பான சமூக – வரலாற்று யதார்த்தங்களை விடவும் தனிநபரின் உளவியலை எண்ணிப்பார்க்கும் தேவதைக் கதை ஆய்வாளர்கள், தேவதைக் கதையின் உலகளாவிய தன்மைக்கு அழுத்தம் அளித்தால், சாகசக் கதையில் குவிமையம் கொள்ளும் ஆய்வாளர்கள், இலக்கிய வகைமை மற்றும் பிற சமூக – பண்பாட்டின் குறிப்பிட்ட விஷயங்களின் சமூக – வரலாற்றுச் சூழலுக்கு மேலதிக கவனம் செலுத்துகின்றனர்.

தேவதைக் கதை ஒரு குழுவினை விடவும் தனி நபரின பிரச்சனைகள் சார்ந்தது. சாகசக் கதையோ, சமுதாய உறப்பினரால் எதிர்கொள்ளப்படும் அசாதாரண நிலவரத்தைப் பேசுவது. சாகசக் கதையைச் சொல்லும்போது பொதுவாக உள்ளதுபோல அவ்வளவு பிரக்ஞைபூர்வமாக இல்லாவிடினும், தேவதைக் கதை கூறுவோர் ஓரளவு தம் அனுபவத்திலிருந்து பேசிவிடுவர்.

எஸ்டோனியாவில் ஓநாயாக மாறிய பெண் கதையின் பெரும்பகுதியும் சாகசக் கதையாக வரையறுக்கப்படக் கூடியதே.

7

சடங்கியல் நோக்கங்களுக்காகவும் எஸ்டோனிய நிலப்பகுதிகளில் தேவதைக் கதைகள் சொல்லப்பட்டு வந்து கொண்டிருந்தது. எடுத்துக்காட்டாக, கிறிஸ்துமஸுக்கும் கிழக்கிலிருந்து பாரசீக மன்னர் குழந்தை ஏசுவைப் பார்க்க வருகின்ற (Epiphany) காலத்திற்கும் இடைப்பட்டது, மிகவும் விருப்பமுள்ள வேளையாகும். அப்போது குடும்ப வட்டாரத்திலும் அண்டை – அயலார் வீடுகளுக்குச் செல்கையிலும் கதைகள் சொல்லப்படும். தேவதைக் கதைகளுடன் புதிர்களும் போடப்படும். குளிர்கால நோன்பு முடிந்ததும், கதைகளும் புதிர்களும் போடப்படும. இன்றைக்கும்கூட All Hallow's Day யிலிருந்து புனித மார்ட்டின் தினம் வரையும், மாலை வேளைகளில் வேலையை நிறுத்திவிட்டு, குடும்பங்கள் ஒன்று மற்றதைப் பார்த்து வருவதும் கதைகள் சொல்வதும் புதிர்கள் போடுவதுமாக இருப்பார்கள். புதிர் போடுவதில் கில்லாடிகள் உயர்வாக மதிக்கப்பட்டனர்.

எஸ்டோனியாவின் எஞ்சிய நிலப்பகுதிகளில் இக்கால கட்டத்தை ஆன்மாக்களின் தினம் என்பர். அன்று இறந்துபோன குடும்பத்தினர் நினைக்கப்படுவர், உறவினரையும் அண்டை அயலாரையும் பார்த்து வருவர்.

ஆதாரம்

The woman as wolf (AT409): Some Interpretations of a very Estonian Folk-tale / Merili Metsuahi / University of Tarty, 2013.

தார்து பல்கலைக்கழகத்தில் எஸ்டோனிய மற்றும் ஒப்பியல் வாய்மொழி இலக்கியத்துறையின் ஆய்வாளர் மெரிலி மெட்ஸ்வாஹி எழுதிய ஆய்வுக் கட்டுரையின் அடிப்படையில், எஸ்டோனியாவின் ஒரு வாய்மொழிக் கதையும் அதன் விளக்கக் குறிப்புகளும் அமைந்துள்ளன.

கட்டுரைகள்

கதை: காக்கும், குணப்படுத்தும்

ஒரு விருட்சம் ஒரு வனத்தை ஆரம்பித்து வைக்கும்.

- பழம் பாடல் ஒன்று

கருப்பை புற்றுநோய் கண்டு, இரண்டாண்டு காலம் கடுமையான சிகிச்சையும் வேதனையும் அடைந்து வந்த தன் மனைவியையும் அதுபோலப் பாதிக்கப்பட்டுள்ள மற்ற பெண்களையும் கண்டுவந்து, அச்சிக்கலிலிருந்து விடுபட்டு, அவர்களுக்கு ஓர் அஞ்சலி செலுத்துகிறார் சிற்பி ஜான் மேக்னன். 'உடல் படிமம் – உடல் சாரம்' என்னும் தலைப்பிலான கண்காட்சியாக அமைகிறது அது. வெண்கலம், தோல், மரச் சிற்பங்களும் நிழற்படங்களுமாக கதை சொல்வதும் உடன் சேர்ந்துகொள்கிறது. அந்நிகழ்வில் சிறுவர்களுக்காக 26 கதைப்புத்தகங்கள் எழுதியிருக்கும் அலெக்ஸாண்டர் தனக்குப் பிடித்த 'பிடிவாதக்காரி நாடியா' கதையை எடுத்துரைக்கிறார். ஓர் ஆப்பிரிக்கக் கதையின் மறு எழுத்தாக்கம் அது.

நாடோடி அரபிகளின் தலைவனின் மூத்தமகன் ஹமீது ஆடுகளுக்கு மேய்ச்சல் நிலம் தேடி, தன் குதிரையில் கிளம்பிச் சென்றவன் திரும்பவே இல்லை. ஹமீதைத் தேடி தந்தை தாரிக்கும் தங்கை நாடியாவும் குதிரைகளில் செல்கின்றனர். ஒரு குதிரை மட்டுமே பாய்ந்து சென்றதாக மற்ற மேய்ச்சல்காரர்கள் தெரிவிக்கின்றனர். வணிகர்களும் அப்பாலைவனத்தில் யாரையும் பார்க்கவில்லை என்கின்றனர். தனக்கு முன்னே அடித்துச் செல்லப்பட்டிருந்த மற்ற நாடோடிகள் போலவே தன்

மகனும் மணலால் கொண்டுசெல்லப்பட்டுவிட்டான் என்று தாரிக் உணர்ந்துகொள்கிறார்.

நாடியாவால் வேதனையை, துயரத்தைக் கட்டுப்படுத்த முடியவில்லை.

‘அல்லாவால்கூட ஹமீதை என்னிடமிருந்து பிரிக்க முடியாது!’ என்கிறாள். அழுது புலம்புகிறாள், தவிக்கின்றாள், பரிதாபத்துக்குரியவளாக அமைதியிழக்கின்றாள். தந்தையோ எதுவும் உண்ணாமல் குடிலுக்குள் இருந்து விடுகிறார் ஆறு தினங்களாக. ஏழாவது தினத்தன்று வெளியேவரும் தாரிக், ‘இனி யாரும் ஹமீதின் பெயரை உச்சரிக்கக் கூடாது. இழந்துவிட்டதை யாரேனும் ஞாபகப்படுத்திவிட்டால் தண்டிக்கப்படுவார்கள்’ என அனைவரிடமும் தெரிவிக்கிறார். அனைவரும் கட்டுப்படுகின்றனர் – நாடியா உட்பட.

ஆனால் நாளாக நாளாக, ஹமீது சொன்ன கதைகள் ஞாபகத்திற்கு வரவும், பெண்கள் மந்தைகளை மேய்ப்பதைப் பார்க்கவும் அவனுக்குச் செல்லமாயிருந்த ஆட்டுக்குட்டியைப் பார்க்கவும் அவளால் தன் உணர்ச்சிகளைக் கட்டுப்படுத்த முடியாது போகிறது; சீறுகிறாள்; அழுகிறாள். மற்றவர்கள் பயந்து விலகிப்போகின்றனர். மிகவும் தனிமைப்படுகிறாள். ஒருநாள் அவளது சகோதரர்கள் ஹமீது சொல்லித்தந்த விளையாட்டைத் தவறாக ஆடிக்கொண்டிருப்பதைப் பார்த்துத் திருத்துகிறாள். அவன் சொல்லித்தந்த மற்ற ஆட்டங்களையும் எடுத்துரைக்கையில் ஹமீதின் பெயரை உச்சரித்து விடுகிறாள். அப்போது தனக்குள்ள வலியின் கடுமை தனிவதை உணர்கிறாள்.

அப்படியே தான் சந்திக்கின்றவர்களிடமெல்லாம் ஹமீதின் கதைகளைச் சொல்லுகிறாள். அவை எப்படித் தன்னைச் சிரிக்க வைத்தன என்று விளக்குகிறாள். முதலில் பயந்த பெண்கள், பின்னர் நாடியா போலவே சிரித்து மகிழ்கின்றனர். ஆனால் நாடியாவின் தாய், தாரிக்கின் கட்டளையை நினைவூட்டி எச்சரிக்கிறாள். நாடியாவோ அதைப் பொருட்படுத்தாது, ஹமீதை நினைத்து வரவும் அவன் சொன்ன கதைகளை எடுத்துரைத்து வரவும் தன் வலியும் வேதனையும் தீர்ந்து அமைதி கொள்கிறாள். அனைவருமே ஹமீதின் முகத்தைத் தெள்ளத் தெளிவாகக் காண்கின்றனர்.

ஹமீதுவின் பெயர் உச்சரிக்கப்பட்டுவிட்டதை, அறிந்த மாத்திரத்தில், **'சூரியன் மறைவதற்குள்ளாகவும் நிலவு தன் முதல் நிழலை மணல்மீது கவிப்பதற்குள்ளாகவும் இப்பாலைவனச் சோலையிலிருந்து போய்விடுவாய் ஒரு போதும் திரும்பமாட்டாய்!'** என்று சபித்து விடுகிறார் நாடியாவை.

ஹமீதின் பெயரையும் நினைவையும் எவ்வளவுக்கு அடக்கி வைக்க முற்படுகிறாளோ அவ்வளவுக்கு சினமும் சீற்றமும் கொள்கிறாள் நாடியா; அமைதி இழக்கிறாள். கடுமை கொண்டிருக்கும் தந்தையிடம் அவரை இதப்படுத்த முற்படுகிறாள். ஹமீதின் முகத்தை ஞாபகப்படுத்தும்போதும் அவனுடனான பேச்சுக்களை எடுத்துரைக்கும்போதும் அவன் சொன்ன கதைகளைச் சொல்லும்போதும் ஏற்படும் ஆனந்தத்தை அவரிடம் திரும்பத் திரும்ப வற்புறுத்துகிறாள்.

இப்போது தாரிக்கின் கண்ணீர் உலர, முதல்முறையாக அவர் முகத்தில் புன்னகை பளிச்சிடுகிறது. 'பிடிவாதக்காரியான நாடியா ஞானமிகுந்தவளாக உருவாகி இருக்கிறாள். ஒவ்வொரு கூடாரத்திலும் அவளது பெயர் போற்றப்படட்டும் – ஏனெனில் **என் பிரியத்துக்குரிய மகனை அவள் திருப்பி அளித்திருக்கிறாள்!'** என்று அனைவரிடமும் கூறுகிறார்.

★ ★ ★

'அற்புத மாதுளை' என்றொரு யூத வாய்மொழிக் கதை. சாகசத்தை நேசிக்கும் மூன்று சகோதரர்கள். மூன்று நாடுகளுக்குச் சென்று அரிய திறனைப் பெற்று பத்தாண்டுகள் கழித்துத் திரும்பி வருகின்றனர். கிழக்கு நாடொன்றுக்குச் சென்றிருந்த மூத்தவன் தொலைவில் உள்ளதையும் காட்டும் மாயக்கண்ணாடியைப் பெற்று வந்திருக்கிறான். மேற்கு நாடொன்றுக்குச் சென்று வந்துள்ள இரண்டாமவன் பறக்கும் கம்பளத்தை வைத்திருக்கிறான். தெற்கு நாடொன்றுக்குச் சென்றிருந்த இளையவன் அற்புத மாதுளை கொண்டு வந்துள்ளான் – ஒரே மாதுளம்பழத்தைத் தாங்கிய மரத்திலிருந்து பெறப்பட்டது அது.

இப்போது மூத்தவனின் மாயக்கண்ணாடியில் அவர்கள் பார்க்கத் தொடங்குகின்றனர். தொலைதூர நாடொன்றில்

இளவரசி ஒருத்தி படுத்த படுக்கையாயிருக்கின்றாள். பறக்கும் கம்பளத்தில் அவர்கள் சென்றுவிடுகின்றனர் நொடிப் பொழுதில். 'இளவரசியைக் காப்பாற்றுபவருக்கு அவளை மணம் செய்து தந்து, பாதி நாட்டையும் அளிப்பேன்!' என்கிறார் மன்னர். சாறு நிறைந்த மாதுளையை உண்ட மாத்திரத்தில் குணமாகிவிடுகிறாள் இளவரசி. ஆனால், மூவரில் யார் மணம் செய்யத் தகுதி உடையவர் என்னும் பிரச்சனை எழுகிறது. யாராலும் தீர்க்க முடியாது போகவே, இளவரசியே சிக்கலை அவிழ்க்கிறாள். இளவரசியைக் காப்பாற்ற உதவியவற்றில் கண்ணாடியும் கம்பளமும் பயன்படுத்தப்பட்ட பிறகும் அப்படியே உள்ளன; இனியும் பயன்படுத்தலாம். ஆனால் மாதுளை அப்படியே முழுமையாக இல்லை. ஒரு பாதி உண்ணப்பட்டுவிட்டது.

இளையவன் தன்னில் ஒரு பாதியையே தந்திருப்பதால் அவனையே மணமுடித்துக்கொள்கிறாள் இளவரசி. ஜெர்மானிய தேவதைக் கதை ஒன்று, 'தவளை இளவரசன்' என்னும் அக்கதையில், இளவரசி ஒருத்தி காட்டில் திரிந்து கொண்டிருக்கையில் பொற்பந்து விளையாடும்போது ஒரு நீரூற்றுக்குள் விழுந்துவிடுகிறது. 'எனக்கு அப்பந்து திரும்பக் கிடைத்துவிட்டால் என்னிடமுள்ள துணிமணிகள், ஆபரணங்கள் என எல்லாவற்றையும் தந்துவிடுவேன்' என்கிறாள். கவலையுடன் இருக்கும் அவளிடம் ஒரு தவளை சொல்கிறது. 'எனக்கு அவையெல்லாம் தேவையில்லை, நீ என்னை நேசிக்க வேண்டும். உன்னுடன் வாழவிடு, உன் மெத்தையில் தூங்கவும் உனது பொன்தட்டில் உண்ணவும் செய்தால் போதும். உனது பந்தைக் கொண்டுவருகிறேன்'. இந்த அருவருப்பான தவளை இப்படிப் பேசுகிறதே என்று எண்ணினாலும், இத்தவளையாவது தன் அரண்மனைக்கு வந்து தன்னுடன் வாழ்வதாவது என்று சமாதானப்படுத்திக்கொண்டு, அப்படியே செய்' என்கிறாள். சீக்கிரமே வாயில் பந்துடன் தவளை வந்து நிற்க, பந்தை எடுத்துக்கொண்டு தன் அரண்மனைக்கு திரும்பிவிடுகிறாள். தவளையைப் பற்றிய எண்ணமே அவளுக்கில்லை.

மறுநாள் அவளது அறையின் கதவைத் தட்டுகிறது தவளை. அருவருப்பான தவளையை எப்படிச் சேர்த்துக் கொள்வது என்று அவள் கவலைப்பட மன்னரும் பிறரும், கொடுத்த வாக்குறுதியைக் காப்பாற்ற வேண்டும் என்று கூறவே,

உள்ளே அனுமதிக்கிறாள். அவளுக்கு எடுத்துவைக்கப்பட்ட தட்டிலுள்ள சாப்பாட்டை வயிறாரத் தின்றுவிட்டு, அவளது படுக்கையில் தூங்குகிறது. காலையில் தாவிக்குதித்து வெளியே போய்விடுகிறது. இரவு வேளையில் திரும்பவும் வந்து முன்பு போல் தூங்குகிறது. மூன்றாம் நாள் காலையில் வழக்கம்போல தவளையைக் காண கண்விழிக்கும் இளவரசி, அழகான இளவரசனைப் பார்த்து அதிசயிக்கிறாள்.

'ஓர் ஆவியால் சபிக்கப்பட்டிருந்த நான், இப்படியொரு இளவரசியின் தட்டிலிருந்து உண்டு, மூன்று இரவுகள் தூங்கிவிட்டால் சாபம் நீங்கப்பெறும் என்று சிக்கலில் இருந்தேன். இப்போது உன்னால் இளவரசனாக உன் முன் நிற்கிறேன். இப்போது உன்னிடமிருந்து எதுவும் தேவையில்லை. என் தந்தையின் நாட்டுக்கு வந்தால் போதும் மணம் செய்து கொள்வேன்' என்கிறான் இளவரசன். ஆயுள் முழுதும் நேசிப்பேன் என்று கூட்டிச் செல்கிறான்; மணம் முடித்துக் கொள்கிறான்.

* * *

மூவாயிரம் ஆண்டுகளுக்கு முந்தைய தொன்மையான எகிப்தியக் கதை 'சேத்னாவும் அற்புதப் புத்தகமும்.' இளவரசன் சேத்னா ஓர் அற்புதப் புத்தகம் பற்றி அறிந்துகொள்ள நேர்கிறது. அற்புதப் புத்தகத்தின் முதல் பக்கத்தை வாசித்த மாத்திரத்தில் வானம், பூமி, கீழுலகம், மலைகள், கடல்களை வசியப்படுத்திவிடலாம்; பறவைகளையும், ஊர்வனவற்றையும் அறியலாம், மீன்களைக் காணலாம். இரண்டாம் பக்கத்தை வாசிக்கையில் பூமியில் இருந்த உருவத்திற்குத் திரும்பிவிடலாம்; கடவுளர் மற்றும் நிலவுடன் சூரியன் வானில் பிரகாசிப்பதைப் பார்க்கலாம். அப்புத்தகம் **நானிபெரகாப்டா**- அகுரா என்னும் அரச தம்பதியர் கல்லறையில் அவர்களுக்கிடையே இருப்பதை அறிந்து, அதனைப் பெற்று வருவதற்காகத் தம்பியுடன் புறப்பட்டுச் செல்கிறான் சேத்னா.

இப்புத்தகத்தை வாசிப்பது ஆபத்தானது, பிரச்சனைகளைக் கொண்டுவந்து சேர்க்கும். எங்கள் கதையே அதற்கு உதாரணம் என்று விவரிக்கத் தொடங்குகிறாள் நானிபெரகாப்டாவின் மனைவி அகுரா.

‘நாங்களும் இந்த அற்புதப் புத்தகத்தைத் தேடிச் சென்றவர்களே. நைல் நதியின் அடியாழத்தில் அது இருந்தது. இரும்புப் பேழை, வெண்கலப் பேழை, அத்திமரப் பேழை, தந்தப் பேழை, கருங்காலி மரப்பேழை, வெள்ளிப் பேழை, இறுதியில் தங்கப்பேழை என ஒன்றுக்குள் ஒன்றாக இருந்த பேழைகளில் ஒரு நாகத்தால் காவல் செய்யப்பட்டு பத்திரமாயிருந்தது அப்புத்தகம்.

இளவரசர் நானிபெரகாப்டாவுக்கு மந்திரசக்தி இருக்கவே இந்நாகத்தைக் கொன்று புத்தகத்தை எடுத்து வந்துவிட்டார். நூல்களைப் பதிந்து வைக்கும் கடவுளான **தூத்** இதனை அறிந்து, எங்களைக் கொல்லுமாறு ஆணையிட்டார். எங்கள் மகன் **மேராப்** அங்கேயே நைலில் மூழ்கி இறந்துபோனான். திரும்பும் வழியில் நான் மூழ்கிப் போனேன். தான் பத்திரமாகத் திரும்ப இயலாது என்றறிந்த இளவரசர், தானே ஆற்றில் மூழ்கி இறந்து விட்டார். தூத்தின் அற்புதப் புத்தகம் ஆபத்தானது என்று மறைத்து வைக்கப்பட்டது.

★ ★ ★

மேற்கு வங்காளத்தில் இன்றளவும் பெண்களால் நோன்புக் கதைகள் சொல்லப்பட்டு வருகின்றன. ஒவ்வோராண்டும் அக்டோபர் மாதத்தில், வீடு தோறும் பூஜை அறைக்கு லட்சுமி தேவி வர இருப்பதை, சின்னஞ்சிறு காலடிகளின் கோலங்களால் அழகுபடுத்தி, நாளெல்லாம் நோன்பிருந்து, மாலையில் படையலிட்டு வணங்கிப் பின்னர் கதைகள் சொல்கின்றனர். கரடுமுரடான மொழியில் தர்க்க ஒழுங்கிற்குட்படாத பாடல்கள் சேர்ந்த இக்கதைகள், பெண்களை உற்சாகம் கொள்ளவும் வைக்கும். தங்கள் வலிகளை/ வேதனைகளை வெளிப்படுத்தும் வடிகாலாகவும் இருக்கும். விதவையரின் துயர வாழ்வு நிலைகளைப் பேசும். கணவனுக்கு முன் மனைவி இறந்து விடுவதை வற்புறுத்தும்.

சகோதரனை/ மகனை நினைவூட்டும் கதைகளைச் சொல்லி வருவது அவனை மீட்டுவிட்டதான சந்தோஷத்தைத் தந்து, தனிமைப்படுவதிலிருந்து தடுத்து, தம் சுற்றத்துடன் சேர்ந்து வாழ்வதன் அருமையை உணர்த்துகிறது அரபுக் கதை,

தன்னை இழந்து நேசிப்பவனால் மரணத்திலிருந்தும் காதலியை, துணையைக் காக்க முடியும் என்கிறது யூதக் கதை. பொன்னும் பொருளும் வேண்டாம், நேசித்தால் போதும் என்று நிபந்தனை வைக்கும் அருவருப்பான தவளையால், இளவரசியின் தேவையை நிறைவேற்ற முடிவதுடன், தன் சாபத்திலிருந்தும் விடுபட முடிகின்றதைச் சொல்கிறது ஜெர்மானிய தேவதைக் கதை. அற்புதப் புத்தகத்தைப் பெற்றுவிட, தன்னையும் தன்னைச் சார்ந்தவர்களையும் பலிதர வேண்டும் என்றாலும் தயாராய் இருக்கும் மனிதனை அடையாளங்காட்டுகிறது எகிப்தியத் தொல்கதை.

வாய்மொழிக் கதைகளிலிருந்தும் தொல்கதைகளிலிருந்தும் பெறப்பட்டுள்ள இக்கொடைகளின் அடிப்படையில்தான், சூ அலெக்ஸாண்டரின் அரபுக் கதை குணப்படுத்தும் வகையில் மறு எழுத்தாக்கம் பெறுகிறது. புற்றுநோயாளிகளை ஆறுதல்படுத்தும் வகையில் அது சொல்லப்படுகிறது. தேவதைக் கதைகளை ஆய்வு செய்துள்ள ப்ரூனோ பெட்டெங்ஹீம், அவை மாயப்புனைவும் மீட்பும் தப்பித்தலும் ஆறுதலும் கொண்டு அமைந்திருப்பவை என்கிறார்.

கதை சொல்லல் வாயிலாக மன்னித்தலை மனித மனங்களில் பதிந்துவிடச் செய்ய முடியும் என்று ஒரு பாடத்திட்டத்தையே நடத்தி வருகிறார் எலிஸா பீர்மைன்.

தனி நபர்களுக்கிடையிலான மன்னித்தல் என்று தொடங்கி அது சமூகங்களுக்கிடையே விரிவுகொள்ள முடியும் என்பது அவரது நம்பிக்கை. மன்னித்தல் என்னும் போது பிறரை மட்டுமல்ல, தன்னையும் மன்னித்துக்கொள்ள வேண்டிய அவசியமும் உள்ளது. வாய்மொழிக் கதைகளைத் தனிப்பட்ட அனுபவத்துடன் மீளவும் சொல்கையில் மன்னித்தலை நோக்கியதாக அமைகின்றது.

The Tale எனப்படும் தொல்கதை வடிவிலான ஒரு நீள் கதையில் கதே குறிப்பிடுகிறார்: "நல்ல தருணத்தில் கூடியிருக்கின்றோம்; அவரவர் காரியத்தை நிறைவேற்றுவோம்; அவரவர் கடமையை முடிப்போம்; உலகளாவிய வேதனை தனிப்பட்ட சந்தோஷங்களை விழுங்கிவிடுவது போல, உலகளாவிய சந்தோஷம் நம் தனிப்பட்ட சோகங்களை விழுங்கட்டும்."

ஷெகர்ஜாத் தன்னையும் தன்னைப் போன்ற கன்னியரையும் காப்பாற்றுவதற்காகச் சொன்னவை ஆயிரத்தோரு இரவுக் கதைகள். கடவுளரின் ஞானத்தை அறிய முற்படுவது அல்லது கடவுளராக முற்படுவது, உயிரைப் பலிவாங்கும் என்றாலும் மானுடன் தீராத அறிவு வேட்கை கொண்டிருப்பதன் சாயல்கள் எகிப்தியத் தொல்கதையில் பதிந்துள்ளன. எனவேதான் கதைகளைப் பதிவு செய்து ஆவணப்பாதுகாவலராக 'தூத்' என்று ஒரு தெய்வமும், வாசிக்க மட்டுமே/ எழுத மட்டுமே தெரிந்தவனாக மனிதனும் இருக்கின்றான். **அனைத்திலும் கதையைச் சொல்வது பெண்ணே.**

சாபத்தால் தான் உயிர்வாழ ஏழு தினங்களே உள்ள சூழலில், பரீட்சித்தின் அறிவுத்தாகத்தை நிறைவு செய்திட அத்தினங்களில் சொல்லப்பட்டவையே பாகவதக் கதைகள்.

கதைகள் மரணத்தறுவாயில் சொல்லப்படுகின்றன. மரணத்திற்கு இட்டுச் செல்வது போலிருப்பினும் மரணத்திலிருந்து மீட்கின்றன. கதைகள் காக்கின்றன. குணப்படுத்துகின்றன.

ஆண்டுக்கணக்கில் உறவுகளை நட்புகளைப் பிரிந்து சிறைக்கொட்டடியில் புழுங்கி தனிமையில் தவிக்கும் ஒரு கைதிக்கு கதை அமுதத்தைப் போல் ருசிக்கிறது. அருமருந்தாகிறது. "நீ சொல்லும் ஒவ்வொரு வாக்கியமும் எனக்கு ஒரு குவளை தூய குடிநீராக இருக்கிறது. ஓடைநீராக இருக்கிறது. அவர்கள் கொடுக்கும் பீன்ஸ், கோழிச் சுண்டல் இல்லாமல் என்னால் இருந்துவிட முடியும். எனக்கான பங்குத் தண்ணீரைக் கூட உனக்கு விட்டுக்கொடுக்கிறேன். ஆனால் எனக்கொரு கதை சொல்... எனது நோய் வார்த்தைகளாலும் சித்திரங்களாலும் மட்டும்தான் குணமாகும். என்னைக் கொஞ்ச நேரமேனும் மார்லன் பிராண்டோ ஆக்கியதற்கு நன்றி... நான் பறக்கிறேன், உலாவுகிறேன். நட்சத்திரங்களைப் பார்க்கிறேன்."

– குமுதம், தீராநதி

• ✺ •

வாய்மொழி மரபில் பெண் குரல்

வாய்மொழிக் கதைகள் பெண்ணைக் குறித்தவை, பெண்ணால் சொல்லப்படுபவை, பெண்ணுக்கு ஆறுதல் தருபவை என்று முன்வைப்பது சரியானதா? எழுத்திலக்கியம் என்றாலும் வாய்மொழி இலக்கியம் என்றாலும் அனைவரையும் குறித்ததுதானே அனைவராலும் சொல்லப்படுபவைதானே அனைவருக்கும் ஆறுதல் தருபவைதானே என்று உடனே கேள்வி எழும். அடிப்படையில் எழுத்திலக்கியத்தினை ஆணின் அதிகாரக் குரலாகக் கொண்டால், வாய்மொழி இலக்கியத்தை பெண்ணின் குரலாகக் கொள்ளலாம்தானே. அப்போது அது பெண்ணைக் குறித்ததாகவும் இருப்பதை அறிந்துகொள்ளலாம்; அடுத்து பெண்ணுக்கு ஆறுதல் தருபவை என்பது புரிந்துவிடும்.

ஸ்கதாரை நிர்மாணித்தல் (The Building of Skadar) என்றொரு செர்பியக்கதை மக்களிடம் புழங்கி வருகிறது. மூன்று சகோதரர்கள் முன்னூறு பேரை வைத்து மூன்று வருடங்களாகப் பெரியதொரு கோட்டையை எழுப்பி விடுகின்றனர். பகலில் எவ்வளவுதான் கட்டினாலும் இரவில் சரிந்துவிடும். அமானுஷ்ய சக்தி ஒன்றால். அதுவே கூறும், 'ஸ்டோயன் - ஸ்டோயனா என்னும் இரட்டையரைக் கோட்டைக்குள் புதைத்தால்தான் கோட்டை நிர்மாணமாகும்.' இரட்டையரை மூன்றாண்டுகள் தேடியும் பயனில்லை. திரும்ப அந்த அமானுஷ்ய சக்தி கூறும், 'உங்கள் மனைவியரில் நாளை உங்களுக்கு உணவு எடுத்து வருபவளைப் புதைத்துவிடுங்கள்.' முதலிரு சகோதரர்களும் தம் மனைவியரிடம் ரகசியமாக இதனைத் தெரிவித்து ஏதேனும்

காரணத்தால் நாளை வராது இருந்து விடுங்கள் என்று கூறிவிடுகின்றனர். ஆக மூன்றாவது சகோதரனின் மனைவி வரவேண்டிய கட்டாயம். அவளோ நிறைமாத கர்ப்பிணி. வருகிறாள். கோட்டைக்குள்ளே திருமண மோதிரம் விழுந்து விட்டது, தேடிக் கொண்டு வா' எனத் தந்திரமாக அவளை அவள் கணவன் அனுப்ப, கோட்டைச்சுவர்கள் எழுகின்றன.

மூச்சுத் திணறி பதைபதைக்கும் அவள் 'கருவிலுள்ள பிள்ளை பசித்து அழுதால் பாலூட்ட ஏதுவாக சுவரில் ஒரு இடைவெளி வேண்டும். அப்படியே பிள்ளையை நான் பார்க்க சிறிது இடைவெளி வேண்டும்' என்று மன்றாட, தலைமை மேஸ்திரி ரகசியமாக அதைச் செய்து கொடுத்துவிடுகிறார்.

"ஓராண்டுகாலம் அச்சிசு பாலருந்தியது; இன்னும் பாய்ந்தோடுகிறது பால்; உயிர்ப்போட்டம் நின்றுபோன பெண்டிர் அங்கு வருகின்றனர். அழுகின்ற தம் சிசுக்களுக்குப் பாலூட்டி அமர்த்த!"

இக்கதையை ஆய்வு செய்து மூன்று விளக்கங்கள் முன்வைக்கப்பட்டுள்ளன. பலிதரும் சடங்கிலிருந்து எழுந்த தொன்மம் இது என்பது ஒன்று. மற்றவர்களின் பாவங்களுக்காக அப்பாவிக்குழந்தை பலியாகிறது என்பது இன்னொன்று. மனித இனத்தை ரட்சிக்க தேவகுமாரன் சிலுவைப்பாடு கொள்வதை ஒட்டியுள்ளது இரண்டாவது விளக்கம். மூன்றாவது விளக்கத்தை ஆலன் டுண்டெஸ் முன்வைக்கிறார்: ஆண் வீட்டுக்கு வெளியே சென்று வேலை செய்ய, பெண் வீட்டுக்குள்ளேயிருந்து ஆண்களுக்குச் சேவகம் புரிகிறாள். அச்சேவத்திற்காக பெண்கள் வீட்டிலிருந்து வெளிவரலாம். ஆக ஆண்களுக்குச் சேவகம் புரியும் பொருட்டு பெண்ணைப் பலியிடலாம். திருமண மோதிரத்தைத் தேடி எடுக்கப்போகும் பெண் கல்லறைக்குள் சிக்க வைக்கப்படுகிறாள். இவ்விளக்கத்திற்கு அனுசரணையாக, ஸ்லோவேனிய மக்களின் வரலாறுகளில் மரணம் - திருமணம் என்னும் உருவகம் இருப்பதை ஆலன் எடுத்துக்காட்டுகிறார்.

இந்தியாவில் சந்தால் மக்களிடையே உள்ள ஒரு கதை. ஏழு சகோதரர்கள் கிணறு தோண்டுகின்றனர். எவ்வளவு தோண்டியும் நீர் கிடைத்தபாடில்லை. அவர்களின் ஒரே சகோதரியை பலிகொடுத்தால் பலன் கிட்டும் என்கிறார் ஒரு துறவி. கன்னியாக இருக்கும் தங்கை உணவு கொண்டுவரும்போது,

கிணற்றில் இறங்கி தண்ணீர் எடுத்துவர அனுப்புகின்றனர். அவள் இறங்கியவுடன் நீர் கொப்பளித்து எழுகிறது. ஆனால் அவளது பாத்திரத்தில் நிரம்புவதில்லை.

நீர்மட்டமோ அவளது கணுக்கால் இடுப்பு கழுத்து என உயர்ந்துகொண்டே போகிறது. தண்ணீர் அவளை மூழ்கடிக்கையில், பாத்திரம் நிரம்பி விடுகிறது. அவள் மலராக /வயலினாக மாறுகிறாள். பெண்ணாக உருக்கொண்டதும் மணம் செய்து தரப்படுகிறாள். நிலம் பிளந்து, சகோதரர்கள் மடிகின்றனர்.

இமாசலப் பிரதேசத்தின் காங்ரா பகுதியில் பஹாரி கிளைமொழியில் ஒரு கதைப்பாடல். வீட்டை விட்டுப் போன கணவன் 12 ஆண்டுகள் கழித்துத் திரும்பி வருகிறான். மனைவி அவனுக்குச் சோறு வடித்து கீரையும் பருப்பும் சமைத்துப் பரிமாறுகிறாள். மது அருந்தி சாப்பிட்டு முடித்ததும் கொல்லைப்புறத்தில் கட்டிலில் தூங்கிவிடுகிறான். தூங்கிக் கொண்டிருப்பதைப் பார்க்கும் மனைவி 'மழை பெய்யட்டும். சம்மட்டிகளைப் போல குழவிக் கற்களைப்போல மழைத்துளிகள் விழட்டும்' என்று வேண்டுகிறாள். அப்படியே பெய்கிறது. கட்டிலைத் தூக்கிக் கொண்டு கதவைத் திறக்கமாறு தட்டுகிறான். 'கையிலும் காலிலும் மருதாணி இட்டிருக்கிறேன். சாவி இரும்புப் பெட்டியில் இருக்கிறது, எடுத்துக்கொள்' என்கிறாள். இவ்வளவு அகங்காரம் உனக்கு வேண்டாம்' எனச் சீறி விழுகிறான். 'நொறுக்க வேண்டியது உனது அகங்காரமே, நீ என்னிடம் அகங்காரம் வேண்டாம் என்கிறாயே?' என்பது மனைவியின் பதில்.

இக்கதைப் பாடலின் இன்னொரு வடிவில், கோபப்படும் கணவன், உணவை மனைவிமீது எறிந்து உதைக்க, மனைவி தற்கொலை செய்துகொள்கிறாள் அல்லது சபிக்கிறாள் – இன்னும் நான்குமுறை திருமணம் செய்தாலும் விளங்கமாட்டாய்!' என.

'பூமிக்கும் வானத்துக்கும் திருமணம் நடக்கும்போது நாங்கள் பாடுகிறோம். கதைகளும் பாடல்களும் எங்களுக்கு ஆறுதல் தருபவை. கண்ணீரில் கொஞ்சமும் கதையில் கொஞ்சமும் வேதனை வெளிப்படும்' என்கின்றனர் இக்கதைப் பாடல்களைப் பாடும் கான்ரா பெண்கள்.

சா. தேவதாஸ்

மேற்கு வங்காளப் பெண்களிடையே புழக்கத்திலுள்ள நோன்புக் கதைகள் தனித்துவமானவை. பெண்களை மட்டுமே மையமானதாகக் கொண்டவை. பெண்களால் மட்டும் மேற்கொள்ளப்படுபவை. நோன்புக் காலங்களில் சடங்குகளாயும் கதைகளாயும். படிப்பறிவற்ற பழங்காலப் பெண்டிர் காலங்களிலிருந்து நவீன காலம் வரையும் பேசும் பாம்புகள், மாயக் குளிகைகள், அதிசயங்கள் நிறைந்த கதைகளைச் சொல்லிக்கொள்கின்றனர். பிரதானமாக லட்சுமி, சஸ்தி, சண்டி, துர்கை என்னும் தெய்வங்களிடம் வேண்டி. மாடமாளிகைகள், நகைகநட்டுக்கள், பசுக்கள், குதிரைகள், யானைகளை லட்சுமியிடம் வேண்டுவர். பிள்ளைகளுக்கு ஆரோக்கியமும் நீண்ட ஆயுளும் சஸ்தியிடம் வேண்டுவர். துரதிர்ஷ்டத்தைப் போக்கி அதிர்ஷ்டத்தைக் கொண்டுவருமாறு சண்டியிடமும் துர்கையிடமும் வேண்டுவர். இக்கதைகளின் மொழி கரடுமுரடாக இருக்கும். பாடல்களாயிருந்தால் ஒழுங்கற்ற சந்தத்தில், புராதனமாயிருக்கும். **விதவைகளின் சோகம் ஆழ்ந்து இழையோடும் இக்கதைகள்**, கணவருக்கு முன் தாம் மடிந்து போக வேண்டும் என்று வேண்டுகின்றன. விசித்திர உணவு வகைகளைச் சமைத்து குதூகலமும் கொண்டாட்டமுமாக தங்களுக்கிடையே சிறிய உலகை உருவாக்கிக்கொள்ள பெண்களுக்கு வாய்ப்பளிக்கும் இந்நோன்புக் கதைகள், தீராத சலிப்புலகத்திலிருந்து அவர்களுக்குச் சற்று ஆறுதல் தருபவை என்கிறார் சுபத்ரா சென்குப்தா.

மொரீஷியஸ், மடகாஸ்கார், காமரோஸ் போன்ற தீவுகளில் வழக்கிலுள்ள கதைகள் தனிரகம். காமரோஸில் 'மர்மமிக்க பெண்' என்ற கதை இருக்கிறது. ஒரு பெற்றோர் தம் பெண்ணைக் குரான்பள்ளிக்கு அனுப்பாமல் வீட்டுக்கே ஆசிரியரை வரவழைத்துக் கற்பிக்கின்றனர். அழகான அப்பெண்ணைப் பார்க்கும் ஆசிரியர் அவளைக் கட்டாயப்படுத்துகிறார், இல்லாவிடில் கொன்றுவிடுவேன் என்று பயமுறுத்துகிறார். அவள், முதலில் சுத்தம் செய்துகொள்ளலாம் என்று தண்ணீர் எடுத்துத்தர, முகங்கழுவும் ஆசிரியர் குருடாகிப் போகிறார். பெற்றோர் வந்ததும், 'காலிப்பயல்களுடன் சேர்ந்து இவள் என்னைக் குருடாக்கிவிட்டாள்' என்று ஆசிரியர் குற்றஞ் சாட்டுகிறார். இதனால் அவள் வீட்டை விட்டு வெளியேறி விடுகிறாள்.

அடுத்துள்ள நாட்டுக்குப்போய் ஒரு கிராமத்துக் கிழவரை மணந்துகொண்டு 7 பிள்ளைகளுக்குத் தாயாகிறாள். என் பெற்றோரைப் பார்த்து வருகிறேன் என்று ஓர் அடிமையைப் பாதுகாவலுக்கு வைத்துக்கொண்டு பிள்ளைகளுடன் புறப்படுகிறாள். வழியில் அந்த அடிமை கட்டாயப்படுத்த, தென்னை ஓலைகளைப் பறித்து விரி என்று சொல்லி, அப்படி அவன் விரிக்கையில் குரானை ஓதி, அப்படியே கூன் விழுந்தவனாக்கி விட்டுப் புறப்படுகிறாள்.

பொருட்கள் வைத்துள்ள ஒரு பெட்டியை அவளால் தூக்க முடியாது போக, அப்பெட்டியையும் பெட்டிமீது அவளையும் அமர வைத்து ஒரு பூதம் தூக்கிப் போகிறது. ஓரிடத்தில் பெட்டி தூக்கி வருவதற்காக தனக்குப் பொன்னோ வெள்ளியோ பணமோ வேண்டாம், அப்பெட்டியே வேண்டும், இல்லாவிடில் கொன்றுவிடுவேன் என்று மிரட்டிவிடும் பூதத்தின் தலையில் பெட்டி இருக்க, அப்படியே நிலைத்து நிற்குமாறு விட்டுவிட்டுச் சொந்த ஊருக்கு வருகிறாள்.

அங்கே தன் கணவனைப் போலுள்ள ஒரு கிழவனை மணந்துகொள்கிறாள். அடிமை வணிகம் செய்யும் ஒருவன் பண்டமாற்றாக இவளை விற்கும்போது அவனை அப்படியே உறைந்துபோகுமாறு விட்டுவிட்டுப் படகில் ஒரு நிலப்பகுதியை அடைகிறாள். அங்கு மசூதியில் ஆண்வேடத்தில் தங்குகிறாள். தொழுகைக்கு வரும் மன்னன் தன் மகளுக்கு மணம் செய்து வைக்க ஆண் வேடத்திலுள்ள அவளை இட்டுச் செல்கிறான். அரண்மனையிலுள்ள தொழுநோயாளியைக் குணப்படுத்துகிறாள். இப்போது அவளிடம் சிகிச்சை பெற, குருடனாக்கப்பட்ட ஆசிரியர், கூனனாக்கப்பட்ட அடிமை, நிலை குத்தி நின்று போன பூதம், பண்டமாற்று செய்த வேலையாள் வந்து நிற்கின்றனர். அவர்கள் செய்த அநியாயங்களைக் கூறினால்தான் குணப்படுத்துவேன் என்கிறாள். முதலில் ஆசிரியர் கூறி கூனிக்குறுகி நிற்க, பெற்றோர் அவரைப் பழிக்கின்றனர்.

மடகாஸ்கரில் ‘கணவனுக்கு இரண்டு பங்கு, இரு மனைவியருக்கு ஒரு பங்கு’ என்றொரு கதை. பலதார மணம் புரிந்துகொண்டுள்ள கணவன் காட்டுப் பன்றியை வேட்டையாடி

வந்து, ஒரு மனைவியிடம் சமைக்கச் சொல்கிறான். சமைத்து முடித்ததும் பங்கு போடுமாறு இன்னொருத்தியிடம் கூறுகிறான். பங்கு போட்டு விடுகிறாள். உடனே முதல்மனைவி குறுக்கிட்டு, 'முதல் பங்கு நம் கணவருக்கு, இரண்டாவதும் அவருக்கே. நாளைக்குச் சாப்பிட்டுக்கொள்வார். மூன்றாவது பங்கு மனைவியராகிய நம்மிருவருக்கும்' என்கிறாள். 'பங்கு சரியாகப் போடப்பட்டுள்ளது. வேகமாகவும் போடப்பட்டுள்ளது' என்று பாராட்டுகிறான்.

செர்பியக் கதையிலும் சந்தால் மக்கள் கதையிலும் பெண்கள் சொல்வதை அப்படியே செய்கின்றனர், பலியாகி விடுகின்றனர். காங்ரா கதைப்பாடலில் பாதிக்கப்பட்ட பெண் ஆணுக்குப் பதிலடி கொடுக்கிறாள், அவன் அகங்காரத்தை கேள்வி கேட்டுப் பழிவாங்கி விடுகிறாள். காமரோஸின் கதையில் பெண் தன்னைக் காத்துக்கொள்ளும் தைரியம்மிக்கவளாகி, தன்னைச் சிதைக்க முற்பட்டவர்களைத் தடுத்துவிடக் கூடியவளாயிருக்கிறாள். மடகாஸ்கரின் கதையில் தந்திரமாக ஆணின் அதிகாரத்திற்கு இசைந்துபோய் விடுகிறாள்.

காமரோஸ், மடகாஷ்கரில் பல்வேறு நாடுகளைச் சார்ந்தவர்கள், பல்வேறு மொழிகளைப் பேசுவோர் புலம் பெயர்ந்து குடியமர்ந்தவர்கள் இருப்பதால், பண்பாடுகளின் கலப்பால், வாழ்க்கையை அணுகுவதும் ஆண்களை எதிர்கொள்வதும் தனிக்குணம் கொண்டதாகிவிடுகிறது. இமாச்சலப் பிரதேசத்திலோ சமூகம் வளர்ச்சி கண்ட நிலையிலும், பழங்குடித்தன்மையிலான துணிச்சல் தொடர்வதால், அப்பெண்ணால் ஆணைக் கேள்விக்கேட்க முடிகிறது.

ஆணின் இச்சைக்கு அதிகாரத்திற்குப் பலியான பெண்களே கிராமங்களில் சிறு தெய்வங்களாக வழிப்படுகின்றனர் என்பதை அ.கா. பெருமாள் ஆய்வு செய்துள்ளார்.

ராஜஸ்தானத்தில் வாய்மொழிக் கதைகளில் ஈடுபாடு கொண்டு பெரும் பங்களிப்பு செய்துள்ள கோமல் கோத்தாரி, "வாய்மொழிக் கதைகள் வழக்கமாகப் பாட்டிகளுடன் தொடர்புபடுத்தப்படுகிறது. தரவுகளை நுணுகி ஆராய்ந்தால், தொடர்புடைய இப்பெண் விதவையாயிருப்பது தெரியவரும்." என்கிறார்.

காலனித்துவ காலகட்ட வாய்மொழிக் கதைகளில் விதிவலக்கானது 1868இல் வெளியிடப்பட்ட Old Decean Days என்னும் தொகுப்பு. இதனைத் தொகுத்த மேரி, அப்போதைய பம்பாய் மாகாண ஆளுனர் சர் பாடில் ஃப்ரெரியின் மகள். தனக்கு ஆயாவாக இருந்த அன்னா என்னும் விதவை யிடமிருந்து கேட்டுத் தொகுத்தவை மேரியின் அவ்வாய்மொழிக் கதைகள். ஒன்பது பேரப் பிள்ளைகளுக்குக் கதைகள் சொல்லி அப்பிள்ளைகளின் துடுக்குத்தனங்களை அடக்கிய பாட்டி யிடமிருந்து அக்கதைகளைக் கற்றுக்கொண்டதாகக் கூறுவாள் அன்னா. மேரி இக்கதைகளைத் தொகுத்து அனுப்ப எண்ணி யிருந்தது பிரிட்டனிலிருந்த தன் தங்கை லில்லிக்காக. ஆனால் இன்னொரு தங்கை கேதரின் கோட்டோவியங்கள் வரைந்துதர, தந்தையின் முன்னுரையுடன் அது நூலாக வெளிவந்தது. மேரி மணம் செய்துகொள்ளாத மங்கையாகவே இருந்து விட்டாள்.

ஒரு பெண்ணுக்காக ஒரு பெண்ணால் ஒரு பெண்ணிடமிருந்து அதுவும் ஒரு விதவையிடமிருந்து சேகரிக்கப்பட்ட வாய்மொழிக் கதைகள் என்னும் சிறப்பு இத்தொகுப்புக்கு உண்டு.

வேடிக்கை விநோதக் கதைகளிலிருந்து வீரக் கதைகள் வரை வாய்மொழிக் கதைகளின் வீச்சு இருக்கத்தான் செய்கிறது. கதைகளைச் சொல்வது விதவையிடமிருந்து தொடங்குகிறது அதுவும் பெண்ணின் வேதனையினை வெளிப்படுத்துகிறது என்பது வாய்மொழிக் கதைகளின் அடிப்படை அம்சமாயுள்ளது. பெண்கள் தமக்குள் சொல்லிக்கொள்வதாகவும் வாய்மொழிக் கதைகளில் ஒரு பண்பு உள்ளது.

ஆக, பெண்ணின் 'கண்ணீரும் கதையும்'தான் இவற்றில் வெளிப்பாடு கொள்கின்றன. எனவேதான் செர்பிய கோட்டைமுன் உயிர்ச்சாரம் வற்றிய பெண்டிர் இன்றும் கூடுகின்றனர் - ஆறுதல் பெற, பிள்ளைகளுக்கு உயிர்ச்சாரமளிக்க...

"நாமெல்லாம் கொண்டுள்ளோம் புயல்களையும்
கதைகளையும் நம் உடல்களினுள்ளே
இரவு வானத்தால் கூட கொண்டிருக்க
முடியாதவை" (Fierce Fairytales / Nikita Gill)

ஆதாரங்கள்

1. Hero tales and Legents of the Serbians / Woislav M. Fetrovitch / Jeroen Hellingman (1914, 16, 21)
2. The Practice of oral Literary criticism / womens' songs in Kangra, India - American Folklore Society, Vol. 108 No429 (Summer 1995).
3. Indian Ocean Folktales / Lee Haring / National Folklore centre, India, 2012
4. Essays in Folklore Theory and Method / Alan Dundes / CreA, 1990
5. Stories Women Tell / Subhadra Sengupta - Namaste April June 2005
6. சூதாடியும் தெய்வங்களும் / தமிழில்: சா. தேவதாஸ் / பன்முகம், 2015.
7. Narrative - A Seminar, Sahitya Akademi, 1994 Ed By: Amiya Dev.
8. கர்ப்பமாய்ப் பெற்ற கன்னிகள் / அ.கா. பெருமாள், தமிழினி, 2005.

வாய்மொழிக் கதைகள் வேறு, தேவதைக் கதைகள் வேறு

நீண்ட காலமாக, வாய்மொழிக் கதைகளும் தேவதைக் கதைகளும் ஒன்றுதான், மக்களிடம் கதைகளாகச் சொல்லப்பட்டு வந்தவைதான், எழுத்து மரபைச் சாராதவைதான் என்று எண்ணப்பட்டு வந்தது. மக்கள் மனதிலும் சரி நாட்டார் கதைவல்லுநர்கள் ஆய்விலும்சரி, அதுதான் நிலை.

டென்மார்கின் ஹான்ஸ் கிறிஸ்டியன் ஆண்டர்சன் (1805 – 75) மட்டுமே தனிநபராக இருந்து தேவதைக் கதைகளை உருவாக்கினார். வாய்மொழிக் கதைகளின் பொது மரபிலிருந்து விதிவிலக்கானவையாகக் கருதப்பட்டன ஆண்டர்சன் கதைகள்.

ஆனால், தேவதைக் கதைகள் எழுத்து மரபிலிருந்தும் வாய்மொழிக் கதைகள் வாய்மொழி மரபிலிருந்தும் வந்தவை என்பதைப் புலப்படுத்துகிறார் டெர்ரி விண்ட்லிங்.

குறிப்பாக, 17 ஆம் நூற்றாண்டின் மத்தியில் மேட்டுக்குடி சார்ந்த பெண்களிடமிருந்து வெளிப்பட்டவை அல்லது அவர்களால் எழுதப்பட்டவை தேவதைக் கதைகள். அதுவரையிலும் வாய்மொழிக் கதைகள், குடியானவரின் கொச்சை வடிவமாக இப் பெண்டிரால் கருதப்பட்டன. அக்கதைகளிலிருந்து சிலவற்றைத் தெரிவுசெய்து, குழந்தைகளுக்காக அல்லாமல், வயது வந்தவர்களுக்கான கதைகளாக வளர்த்தெடுக்கப்பட்டவையே தேவதைக் கதைகள். பாரிஸ் நகரத்து உயர் குடும்பப் பெண்களிடம், மாயக் கதைகளின் பாலான நாட்டம் அதிகமாக உருவானவை தேவதைக் கதைகள்.

சா. தேவதாஸ்

1630களில் திருமணம், காதல், நிதி – இயற்பியல் சார்ந்த சுதந்திரம், கல்வி வசதி காரணமாகப் பெண்கள் சற்று விட்டு விடுதலையாகிட அல்லது இன்னும் விடுதலையை உணர முடியாத நெருக்கடியில் கிடைத்த வெளியில், இக்கதைகள் உருக்கொண்டன எல்லாம். ஏற்பாடு செய்யப்பட்ட திருமணங்களே பொது நியதியாயும், விவாகரத்து இன்னும் கேள்விப்படாததாயும் குழந்தைப் பிறப்புகட்டுப்பாடுகள் புராதனமானதாயும் குழந்தையின் பிரசவத்தின் போதான மரணங்கள் சாதாரணமாயும இருந்த காலகட்டம் அது.

அப்போது பெண்டிரின் வரவேற்புக்கூடங்களில் சந்தித்த ஆடவரும் பெண்டிரும், வாய்மொழிக் கதை ஒன்றை மீளவும் எடுத்துரைக்கவோ பழைய மையக் கருதிழையை மாற்றியமைத்தோ சாமர்த்தியமான கதைகளாக்கியோ கூறிய சூழலில் எழுந்தவை தேவதைக் கதைகள் - அதனால் உயர்குடிச் சமூக வாழ்வின் விமர்சனமாயும் அமைந்தன. முதலில் கிரேக்க - ரோமானியரின் காவியக் கதைகளை அடிப்படையாகக் கொண்டு எழுதப்பட்டன. பின்னர் பிரெஞ்சு வாய்மொழிக் கதைகள் - தொன்மங்களில் உத்வேகம் கொண்டு எழுதப்படலாயின.

இக்கதைகளின் மொழி, உட்பொதிந்துள்ள கதைகளின் கலகத்தன்மையைத் தன்னகத்தே வைத்து, அரசின் கவனத்தில் படாதபடி / தணிக்கைக்குட்படாதபடி பார்த்துக் கொண்டது என்கிறார் டெர்ரி விண்ட்லிங்க்.

இவற்றில் பிரதானமாகப் பேசப்பட்டவை, தந்தையர், மன்னர், மூத்த சூனியக்காரிகளால் கட்டுப்படுத்தப்பட்ட உயர்குடி யுவதியரின் வாழ்க்கை.

இக்கதைகளை எழுதியவரில் முக்கிய இடம்பெறும் பெண் டெ'அவ்ல்நாய் சீமாட்டி கேதரின் பெர்னார்ட், ஹென்றியட்டா - ஜூலி, டெ மூரட், எல்' ஹெரிடியர், மேடலின் டெ ஸ்கூடரி போன்றவர்கள் மற்றவர்கள், இவர்களுடன் சேர்ந்து இயங்கிய ஒரேயொரு ஆண் சார்லஸ் பெர்ரால்ட். தேவதைக் கதைகளைத் தொகுத்து, புகழ்பெற வைத்த பிரதான எழுத்தாளராக பெர்ரால்ட் (1628–1703) கருதப்பட்டார். இவர் கவிஞரும் உரைநடையாளருமகூட. எல் ஹெரிடியர் இவரது உறவினர்.

ஜெர்மனியில் தேவதைக் கதைகளைத் தொகுத்தவர்கள் **கிரிம் சகோதரர்கள்**; டென்மார்கில் **ஆண்டர்சன்**. இவர்கள் பிரெஞ்சு உயர்குடிப்பெண்டிர், வாய்மொழிக் கதைகளிலிருந்து தேவதைக் கதைகளை உருவாக்கியது போல, தம் நாட்டு வாய்மொழி மரபிலிருந்து உருவாக்கினர். தொகுப்பாளராக இவர்கள் தொடங்கியது உண்மையே. ஆனால் தொகுப்பாளர்களாக மட்டும் இல்லாமல் கதைகளை மாற்றியமைப்பதும் கதைகளுக்கு மெருகேற்றுவதும் இவர்கள் பணியாயிருந்துள்ளது அப்படியே 'ஒவ்வொரு கூரைக்கும் ஒரு கதை'யைக் கொண்டிருந்த டென்மார்கின் வாய்மொழி மரபிலிருந்து அற்புதமான தேவதைக் கதைகளை ஆண்டர்சன் உருவாக்கினார்.

கிரிம் சகோதரர்கள் மட்டுமல்லாது, பிரெஞ்சுப் பெண்டிர் போலவே ஜெர்மன் பெண்டிரும் 200 தேவதைக் கதைகளை வெளியிட்டுள்ளனர்.

வாய்மொழிக் கதைகள் பெரிதும் பெண்டிரிடமிருந்து பெறப்பட்டது போலவே, தேவதைக் கதைகளும் பெண்டிரிடமிருந்தே பிறந்துள்ளன; பிரதான பேசு பொருளும் யுவதியரின் வாழ்வும் சார்ந்துள்ளன. ஒரு பெரும் வித்தியாசம்: தேவதைக் கதைகள் உயர் குடிப் பெண்களிடமிருந்தும் எழுத்து மரபிலிருந்தும் பிறந்துள்ளன.

ஆதாரம்: www.terriwindling.com